पौर्णिमेच्या कथा

चैत्र ते फाल्गुन या मराठी महिन्यानुसार येणाऱ्या पौर्णिमेची माहिती आणि त्यांचे महत्त्व
(अधिक महिन्याच्या पौर्णिमेसह)

लेखक आणि संकलक

ज्योतिषी ब. वि. तथा चिंतामणी देशपांडे (गुरुजी)

सकाळ प्रकाशन

सकाळ प्रकाशन

Pournimechya Katha (Lalit)
© Jyotishi B. V. alias Chintamani Deshpande (Guruji)

पौर्णिमेच्या कथा (ललित)
© ज्योतिषी ब. वि. तथा चिंतामणी देशपांडे (गुरूजी)

प्रथम आवृत्ती :
जून २०२२
प्रकाशक :
सकाळ मीडिया प्रा. लि.
५९५, बुधवार पेठ, पुणे-४११ ००२
मुखपृष्ठ, मांडणी आणि मुद्रितशोधन :
सारद मजकूर, पुणे

ISBN : 978-93-951390-1-4
अधिक माहितीसाठी :
०२०-२४४० ५६७८ / ८८८८८४९०५०
sakalprakashan@esakal.com

।। प्रस्तावना ।।

आपल्या संस्कृतीला सण-वार-तिथी-नुसार विशेष महत्त्व आहे. संस्कृती जिवंत ठेवण्यासाठी माता-भगिनींचे फार मोठे योगदान आहे. सुसंस्कारित माणूस तयार होणे ही काळाची फार मोठी गरज असून त्यासाठी संपूर्ण जगातील मानवजात सु-संस्कारित होणे क्रमप्राप्त आहे. मनुष्य हा उत्सवप्रिय प्राणी आहे. चाकोरीबद्ध जीवन त्याला नको असते; त्या जीवनातील बदल हवा असतो. त्यातूनच वर्षभरात विविध सण तिथी वारानुसार उत्सवांचे महत्त्व असते. त्याप्रमाणे प्रत्येक महिन्याच्या पौर्णिमेच्या कथा आणि महत्त्व ह्या पुस्तकाद्वारे देण्याचा प्रयत्न आहे.

क्र.	मराठी महिना	पौर्णिमा
१	चैत्र	हनुमान जयंती, चैत्र पौर्णिमा.
२	वैशाख	कूर्म जयंती, बुद्ध जयंती पौर्णिमा, तुकडोजी महाराज जयंती, नारद जयंती, वैशाख पौर्णिमा.
३	ज्येष्ठ	वटपौर्णिमा, कबीर जयंती (वट सावित्री व्रत)
४	आषाढ	गुरूपौर्णिमा, व्यास पौर्णिमा.
५	श्रावण	नारळी पौर्णिमा - रक्षाबंधन
६	भाद्रपद	भाद्रपद पौर्णिमा, भागवत सप्ताह समाप्ती, पितृपंधरवडा सुरू महालयारंभ सन्यासिनां चातुर्मास्य समाप्ती
७	आश्विन	शरद पौर्णिमा, कोजागिरी पोर्णिमा, वाल्मिकी जयंती, आकाश दीपदान, कार्तिक स्नानारंभ, कुलधर्म, नवान्न प्राशन, ज्येष्ठ अपत्यास ओवाळणे. रात्री-लक्ष्मीदेवी व इंद्रपूजन करणे.
८	कार्तिक	त्रिपुरारी पौर्णिमा, सोपान काका (सासवड) जयंती, गुरूनानक जयंती तुळशीविवाह समाप्ती, कार्तिक स्नान समाप्ती, (कार्तिक स्वामी दर्शन महत्त्व कृतिका नक्षत्री)

९	मार्गशीर्ष	मार्गशीर्ष पौर्णिमा, दत्तजयंती, दत्त जन्म उत्सव, श्री सदगुरू देव दत्तात्रेयाच्या तीर्थक्षेत्री यात्रा.
१०	पौष	शाकंभरी पौर्णिमा, माघस्नानारंभ, शाकंभरी देवी नवरात्र समाप्ती, स्वामी विवेकानंद जयंती, राष्ट्रीय युवा दिन.
११	माघ	माघ पौर्णिमा, संत रोहिदास जयंती, गुरू रविदास जयंती, रथयात्रा मंगेशी (गोवा), विश्वकर्मा जयंती.
१२	फाल्गुन	हुताशनी पौर्णिमा, होळी पौर्णिमा, फाल्गुन पौर्णिमा, चैतन्य जयंती, यशवंत चव्हाण जयंती, दत्त महाराज कविश्वर पुण्यतिथी (पुणे)

तीन वर्षांनंतर अधिक महिना आल्यास अधिक महिन्याची पौर्णिमा येते.

१. सर्वसाधारणतः आषाढ एकादशी ते कार्तिक एकादशी असा चार महिन्यांचा चातुर्मास असतो. मात्र संन्यासी लोकांचा चातुर्मास आषाढ पौर्णिमेपासून भाद्रपद पौर्णिमेपर्यंत म्हणजे २ महिन्यांचा असतो.
२. आश्विन पौर्णिमेला नवान्न पौर्णिमा म्हणतात. शेतातून आलेले शेती धान्य, भाजी, फुले, फळे इत्यादी कुलदेवीला अर्पून प्रसादाचा आस्वाद घेतात.
३. माघ स्नानारंभ अगोदरच्या पौर्णिमेला होतो. समाप्ती महिन्याच्या पौर्णिमेला उदा. वैशाख स्नानारंभ चैत्र पौर्णिमेला, समाप्ती वैशाख पौर्णिमेला तसेच माघ महिन्याचा स्नानारंभ पौष पौर्णिमेला आणि समाप्ती माघ पौर्णिमेला, या प्रमाणे पौर्णिमेचे महत्त्व असते.
४. चंद्रग्रहण पौर्णिमेला असते. सोमवारी चंद्रग्रहण आल्यास त्याला 'चुडामणी योग' म्हणतात.
५. पौर्णिमा गुरुवारी आली तर तो विशेष योग मानतात. जसे सोमवार पौर्णिमा महादेवाचे भक्त विशेष मानतात, तसेच प्रत्येक वारांप्रमाणे त्या वारांना देवांच्या भक्तीसाठी विशेष शुभ मानतात.
६. पौर्णिमेनंतर येणाऱ्या चतुर्थीला 'संकष्टी चतुर्थी' म्हणतात. चंद्रोदय झाल्यावर गणेशभक्त उपवास सोडतात. अमावास्येनंतर येणारी 'विनायकी चतुर्थी' असते; पण त्यावेळी चंद्रोदयाचे महत्त्व नाही.
७. पौर्णिमेपूर्वी येणाऱ्या अष्टमीला (शुद्ध) दुर्गाष्टमी म्हणतात. पौर्णिमेनंतर येणाऱ्या अष्टमीला कालाष्टमी म्हणतात.
८. कार्तिक शुद्ध अष्टमीला गोपालाष्टमी म्हणतात. या दिवशी भगवान श्रीकृष्णासह बलरामाला, गुरू गर्गाचार्यांनी गो-पालनाची दीक्षा दिली होती.

९. कार्तिक महिना, कृतिका नक्षत्र, कार्तिक महिना हा दुर्मिळ योगावर कार्तिक स्वामीचे (गणपतीचा मोठा भाऊ) दर्शन योगाचे महत्त्व आहे. ह्या योगावर स्त्रियाही दर्शन घेतात. बाकी वर्षभर महाराष्ट्रात दर्शन घेत नाहीत. आर्थिक समृद्धीसाठी, सुखसमृद्धीसाठी वर्षातून ह्या योगावरचे दर्शन महत्त्वाचे मानले जाते.

१०. पौर्णिमेच्या दिवशी जे नक्षत्र असते. तेच नाव त्या महिन्याचे असते. (तक्ता पाहा.)

क्र.	मराठी महिना	नक्षत्र	चंद्ररास
१	चैत्र	चित्रा	कन्या-तुळ
२	वैशाख	विशाखा	तूळ-वृश्चिक
३	ज्येष्ठ	ज्येष्ठा	वृश्चिक
४	आषाढ	उत्तराषाढा	धनु-मकर
५	श्रावण	श्रवण	मकर
६	भाद्रपद	उत्तराभाद्रपदा	मीन
७	आश्विन	अश्विनी	मेष
८	कार्तिक	कृत्तिका	वृषभ
9	मार्गशीर्ष	मृग	मिथुन
10	पौष	पुष्य	कर्क
11	माघ	मघा	सिंह
12	फाल्गुन	पूर्वा फाल्गुनी	कन्या-तूळ

११. अर्धी चंद्रकोर कुंकू स्त्रिया-पुरुष कपाळी लावतात. कारण शिवशंकराने (महादेवाने) विषप्राशनानंतर दाह कमी करण्यास भाळी चंद्र धारण केला होता. चंद्र शीतलता, सौम्य थंडावा देतो. भालचंद्राचे प्रतीक आपले डोके शांत, थंड करेल म्हणून चंद्रकोरीचे गंध महत्त्वाचे असते.

१२. तुळजा भवानीदेवीप्रमाणे शिवाजी महाराज स्वतः कपाळी कुंकू, गंध लावत असत, ती चंद्रकोरच असे. पौर्णिमेचा उपवास त्यांची माता जिजामाता करावयाच्या. महाराज स्वतः संकष्टी चतुर्थीचा उपवास करत आणि तो उपवास चंद्रोदय झाल्यावर गणेश

पूजा, दर्शन, आरती करून सोडायचे. थोडक्यात ते चंद्र उपासना करत. शिवकालिक किल्ल्याच्या महादरवाज्यावर चंद्र-सूर्याची प्रतीके आढळतात.

१३. कुलदेवता, कुलदेवी ह्यांची पूजा, अभिषेक, नवीन टाक मूर्ती, देवालयामध्ये विशेष पूजा उत्सव, व्रतवैकल्याची सांगता इत्यादी गोष्टी पौर्णिमेच्या दिवशी केल्या जातात. नवरात्र, श्रीराम, बालाजी, कुलदेवी, नृसिंहदेवाचे नवरात्र, विश्वकर्मा देवाचे नवरात्र, गणपतीचे नवरात्र, मारुती, शनीच्या उत्सवाची सांगता पौर्णिमेदिवशी करतात. देवाची पौर्णिमा, पितृदेवाची अमावस्या मानली जाते. सर्व पौर्णिमा शुभ मानतात. पण चंद्रग्रहण असल्यास त्यादिवशी तो कालावधी वगळून बाकी काळ शुभ मानला जातो.

१४. सौरमास आणि चंद्रमास अशी कालाची गणना सूर्याच्या अगर चंद्राच्या गतीवरून करता येते. आपण वापरतो त्या कॅलेंडरमध्ये १२ महिने असलेल्या वर्षामध्ये सूर्याच्या गतीवरून कालगणना करतात व आपल्या पंचांगामध्ये जी कालगणना असते ती चांद्र महिन्यानुसार असते. चैत्रपासून ते फाल्गुनपर्यंत हे १२ महिने असतात.

१५. दर पौर्णिमेस सत्यनारायण पूजा करण्याची प्रथा आहे. आर्थिक अडचणी येणे, अन्न चविष्ट न लागणे, अन्न खाऊन तृप्ती न होणे, महिनाभर पुरणारे धान्य महिनाभर न पुरता लवकर संपणे, घरात सुख न लाभणे, पैसा न पुरणे, भांडणे, वादावादी, अशांत वातावरण, खर्च वाढणे, कर्ज होणे, घरात वृद्धांचे आजारपण वाढणे इत्यादी अडचणींवर मात करण्यासाठी सत्यनारायण पूजा सतत १२ पौर्णिमांनतर केल्यास त्या व्यक्तीचे वरील प्रश्न बऱ्याच अंशी सुटतात. बरेच चांगले अनुभव लोकांनी घेतलेले आहेत. (१ वर्षे-१२ पौर्णिमा सत्यनारायण पूजा घरच्या घरी करणे. शक्यतो स्वतः पोथी वाचून करणे चांगले!) घरात सुखशांतीबरोबर मनातील शुद्ध हेतू पूर्ण होतोच! सत्यनारायण पूजा पौर्णिमेला, प्रदोषकाला (सूर्यास्ताआधी व नंतर २४ मिनिटे) करावयाची असते.

सकाळ प्रकाशनाच्या वतीने हे पुस्तक लिहिण्याची संधी मला मिळत आहे. आपल्या भारतीय संस्कृतीतील प्राचीन ग्रंथांतून संकलित केलेल्या या कथा आणि नव्यानं लिहिलेली माहिती वाचकांसाठी देत आहे. कृपया आपला अभिप्राय जरूर कळवावा, हीच नम्र विनंती!

रामकृष्णहरी । श्रीगुरुदेवदत्त । शुभ-भवतुं ।

ज्योतिषी ब. वि. तथा चिंतामणी देशपांडे (गुरुजी)
डी-३ एस-१ तेजोवलय, सिप्ला सेंटर जवळ, वारजे, पुणे-४११०५८
मोबाईल : ९७६४६७८५७९

|| अनुक्रमणिका ||

चैत्र पौर्णिमा - हनुमान जयंती

***मनोजवं मारूत** तुल्य वेगं जितेन्द्रियं बुद्धीमतां वरिष्ठमं ।*
वातात्मजं वानरयूथ मुख्यं श्रीरामदूतं शरणं प्रपद्ये ।।

रामरक्षेमधील या श्लोकाने श्री हनुमंताचे ध्यान केले जाते. 'मनाप्रमाणे अथवा वायूप्रमाणे ज्याचा वेग आहे, ज्याने आपल्या इंद्रियांवर ताबा मिळवून ती जिंकली आहेत, असा जितेंद्रिय, बुद्धिमत्तेमध्ये जो श्रेष्ठतम् आहे असा वायूपुत्र आणि वानरदलांचा प्रमुख अशा रामदूत हनुमानाला मी शरण जातो.' असा याचा अर्थ. हनुमंताची गती वायूप्रमाणे आहे. त्यांच्या अंगी जाज्ज्वल्य भक्ती आहे. त्याने आपल्या मनामध्ये असलेल्या काम, क्रोध, लोभ, मोह, मद, मत्सर इ. असुरांवरही विजय प्राप्त केला आहे. सीतेच्या शोधासाठी तो लंकेत गेला, त्यावेळी अनेक सुंदर स्त्रियांना त्याने पाहिले होते; पण त्याचे मन विचलित झाले नाही. भगवान श्रीरामासारखा खजिना ज्याला प्राप्त झालेला आहे, त्याला आणखी संसारी सुख-संपत्तीचा लोभ कोठून असणार? स्वत: जे काही केले आहे ते श्रीरामाच्या शक्तीमुळेच घडलेले आहे, अशी अंतःकरणापासूनची भावना जेथे असेल तेथे मद व अभिमान कोठून संभवील!

श्री हनुमंताच्या सर्वांगीण व्यक्तिमत्त्वाचा विचार केला तर असे दिसून येते की, मारुती हा रूद्राचा अवतार. तो अत्यंत तेजस्वी, गतिमान, चपळ, आदर्श, गुणवत्तेत अग्रगण्य तसेच बलशाली आणि सामर्थ्यवान होता. त्याचे बल आणि धैर्य वर्णनातीत होते. 'बुद्धिमतां वरीष्ठम्' म्हणजे बुद्धीमध्ये श्रेष्ठ, आचार शक्तिमान, ब्रह्मचर्य पालक, आत्मबल असणारा, आदर्श स्वामीभक्त हे खास वैशिष्ट्य, स्वार्थत्यागाचे मूर्त स्वरूप ही त्याची स्वभाववैशिष्ट्ये होती. शरीरबळ असूनसुद्धा हनुमान विनयशील होता. हनुमान मनोबल आणि पराक्रमाचे प्रतीक आहे.

हनुमानाचा जन्म गौतमकन्या अंजनी व सुमरीराज केसरी यांच्या पोटी चैत्र महिन्याच्या पौर्णिमेला सूर्योदयापूर्वी झाला. म्हणून या दिवशी सुंठवडा वाटून ठिकठिकाणी हा उत्सव

साजरा केला जातो. हनुमानाचा जन्मकाळ सूर्योदयाच्या वेळचा असल्याने त्याला पूर्वेकडून वर येणारे लालबुंद सूर्यबिंब दिसले. ते एक सुंदर फळ आहे, असे समजून ते गिळंकृत करण्यासाठी त्याने विनाविलंब त्याकडे झेप घेतली, अशी कथा आहे. पवन म्हणजे वायू व त्याचा मुलगा म्हणून हनुमानाला 'पवनपुत्र' म्हणतात.

श्री रामदास स्वामींनी ११ ठिकाणी मारुती मंदिरांची स्थापना केली. यामागे शक्तीची उपासना हेच कारण आहे. श्री मारुतीमध्ये असलेल्या प्रचंड बल आणि शक्तीची तरूणांतही वृद्धी होऊन त्याचा राष्ट्राच्या उभारणीस उपयोग व्हावा हा त्याचा त्यापाठीमागचा उदात्त हेतू होता.

श्री हनुमान हा श्रीरामांचा दास असूनही सर्वश्रेष्ठ आहे. एक आदर्श म्हणूनही वंदनीय आणि पूजनीय आहे. तो पराक्रमी तसेच दृढ, साहसी वीर आहे. त्याच्या ठायी प्रखर दूरदृष्टी आणि निर्भयताही आहे. मारुती, हनुमान, बलभीम, बजरंग, रामदूत आणि रामभक्त इत्यादी नावांवरून त्याचे यथार्थ स्वरूप दृष्टीपुढे आपोआप येते. ६ चिरंजिवांपैकी एक असणाऱ्या मारुतीची चैतन्य आणि मंगलदायी स्मृती 'भीमरूपी'च्या निमित्ताने सदैव घडत असते.

रामायण घडविण्यामध्ये तसेच श्री प्रभू रामचंद्रांच्या चरित्रामध्ये श्री हनुमंताचे कार्य भव्य आणि दिव्य असे आहे. त्यांनी प्रभूरामचंद्राच्या चरणी अढळ स्थान प्राप्त करून घेतले. प्रभूरामचंद्र म्हणाले, 'हनुमंतामुळेच रामायण घडले.' रामायणातील त्यांच्या लीला आणि मनोरंजक कथा सर्वांना परिचित आहेत.

सुग्रीव आणि रामप्रभू यांची मैत्री घडवून आणण्यात हनुमंतांनी शिष्टाई केली. लंकेला जाऊन सीतामाईचा शोध घेतला. लंकादहन करून रावणाच्या साम्राज्याला हादरा दिला. वानर सैन्याचे नेतृत्व केले. सेतू बांधून सेना समुद्रपार करून युद्धामध्ये रामचंद्रांना साहाय्य केले. श्री लक्ष्मणासाठी द्रोणागिरी पर्वत उचलून आणला. अशा विविध रोमहर्षक प्रसंगांनी श्री हनुमंताचे जीवन परिपूर्ण भरलेले आहे.

रामराज्याभिषेकाच्या वेळी भव्य दिव्य सोहळा आयोजित केला होता. त्यावेळी हनुमानाची प्रत्येक ठिकाणी गडबड, गोंधळ आणि प्रत्येक ठिकाणची उपस्थिती अनेकांना नडू लागली. याची लक्ष्मणासह सर्वांनी आपली तक्रार प्रभू श्रीरामांपुढे विशद केली. मात्र श्रीराम यावर किंचितही आक्षेप न घेता गालातल्या गालात फक्त हसत होते.

प्रत्येकाने प्रमुख कामे त्या त्या परीने केली; पण हनुमानाच्या वाट्याला अगदी किरकोळ काम मिळाले. त्यातही ते धन्य होते. दुसऱ्या दिवशी प्रभू रामचंद्रांना स्नानसंध्या विधी होता. चंदनाची उटी, गरम पाणी, कपडे इत्यादींसह दास-दासी रामाच्या शयनगृहात आल्या. पाहतो तो काय सर्वाआधी हनुमान तेथे सेवेला हजर होता. श्रीरामाच्या सेवेत मग्न होता. आपली तहान-भूक विसरून तल्लीन झाला होता. यासंबंधीचा इतिवृत्तांत श्रीरामाला कळल्यानंतर प्रभु राम म्हणाले, 'खऱ्या भक्तीतील सेवाभाव लहान-मोठेपणावर अवलंबून नाही. दास्यभक्तीत हनुमानच सर्वश्रेष्ठ आहे. तोच माझा खरा भक्त आहे. त्याची स्वामी निष्ठा निष्कलंक आहे. स्वामीसाठी जिवावर उदार होणारा हनुमान एकच आहे. यात कसला स्वार्थ नाही व कुठला हेतू

नाही. स्वत:ची छाती फाडून आपल्या स्वामीला सुरक्षिततेसाठी छातीत लपविणारा हनुमान हेच एक सर्वश्रेष्ठ उदाहरण आहे.'

सर्वांना हनुमानाची महती कळली. हनुमान आणि श्रीरामाची हीच दास्यभक्ती पुढे संत रामदासांनी त्यांच्या 'दासबोध' आणि 'मनाचे श्लोक'द्वारे लोकांपर्यंत पोहोचवली. हनुमान हे चिरंजीव असल्याने त्यांना श्रीकृष्ण भक्तीचाही योग मिळाला.

धर्म, भीम, अर्जुन, नकुल व सहदेव या पाच पांडवांची पत्नी द्रौपदी होय. महर्षी व्यासांनी प्रत्येक पांडवाला द्रौपदी पत्नी म्हणून उपभोगायला वर्षातून दोन महिने बारा दिवस वाटून दिले होते. इतरांना त्यावेळी हक्क राहणार नाही. चुकून जर असे घडल्यास त्याचे प्रायश्चित्त म्हणून तीर्थाटन करावे. असा हुकूम फर्मावला, तसे पांडवांनी अभिवचन दिले.

एकदा धर्मराज आणि द्रौपदी आपल्या शयनकक्षेत असताना अर्जुन धनुष्यबाण आणण्यासाठी आत गेला. त्याच्याकडून त्या नियमाचे उल्लंघन झाले म्हणून नंतर आपले प्रायश्चित्त भोगण्यास अर्जुन काशी, प्रयाग, गया, पुरी, अयोध्या असे तीर्थाटन करीत दक्षिण समुद्रतीरी येऊन रामाचा सेतू पाहू लागला. जवळच वृद्ध मारुती होता. त्या वृद्ध मारुतीजवळ जाऊन अर्जुन म्हणाला, "महाराज राम एवढा धनुर्धारी, मग त्याने दगडाचा सेतू का बांधला? मी क्षणात लंकेपर्यंत बाणांचा सेतू बांधला असता." अर्जुनाचे हे गर्वाचे बोल ऐकून संतप्त हनुमान म्हणाला, "लंकेपर्यंतच काय श्रीरामाने स्वर्गापर्यंत सेतू बांधला असता. श्रीरामाकडे प्रचंड ताकदीची अनेक वानरे होती. त्यांची प्रत्येकाची ताकद किती आहे हे तुला ठाऊक नाही. बाणांचा सेतू बांधला असता, तर तो चक्काचूर झाला असता. तो दगडांचा बांधला आहे म्हणून भक्कम आहे."

त्यावर अर्जुन म्हणाला, "माझा बाणांचा सेतू तसा नाही. वज्रासमान तो अभेद्य आहे."

"मग बांधून दाखव. मी त्यावर उडी मारीन. तो मोडला तर पैज काय?"

"जर सेतू तू मोडून दाखवलास, तर मी अग्नीमध्ये प्राण अर्पण करीन."

त्यावर हनुमान म्हणाला, "मला तर मरणच नाही. तेव्हा मी हरलो तर तुझ्या रथाच्या ध्वजावर बसून तुला साहाय्य करीन."

अशी दोघांत पैज लागली. अर्जुनाने धनुष्य चढवून त्यावर बाण लावून बीजमंत्र जपत बाणामागे बाण सोडत लंकेपर्यंत बाणांचा वज्रसेतू तयार केला. मारुतीने उंच उडी मारून सेतूवर पाय ठेवताच सेतू काडकन मोडला. दशदिशांना बाण विखुरले गेले. मारुतीची ही विजयी मुद्रा पाहून अर्जुन अग्नीप्रवेशाला सिद्ध झाला. त्याने आधी श्रीकृष्णाचा धावा केला. तो धावा श्रीकृष्णाच्या कानावर पडताच अर्जुन संकटात असल्याची श्रीकृष्णाला जाणीव झाली. एक वृद्ध ब्राह्मणाचे रूप घेऊन तो घटनास्थळी दाखल झाला आणि घटनेची माहिती घेऊन याला साक्ष कोण? असे दोघांनाही विचारले असता, कोणी नाही असे दोघांकडूनही उत्तर मिळाले. तेव्हा वृद्ध ब्राह्मण त्यांना म्हणाला, "माझ्यासमोर आता पुन्हा पैज लावा आता मी साक्षीला आहे."

पुन्हा दोघांत पैज ठरली अर्जुनाने बाणांचा सेतू बांधला. श्रीकृष्णाने मारुतीच्या नकळत त्या

पुलाखाली सुदर्शन चक्र ठेवले आणि मारुतीस उडी मारण्यास प्रवृत्त केले. तेव्हा मारुतीने पुन्हा त्याच जोमाने उडी मारली. पण सेतू काही मोडला नाही. श्रीकृष्णाने आपले रूप प्रकट केले. रूप प्रकट करताच मारुती सद्गद् होऊन श्रीकृष्णापुढे हात जोडून उभा राहिला. श्रीकृष्ण हा रामाचा अवतार आहे. तेव्हा श्रीकृष्णाने मारुतीला आज्ञा करून पैज हरल्याची शिक्षा म्हणून अर्जुनाच्या ध्वजदंडी बसण्यास सांगितले. दोघांनाही दुष्टांचे निर्दालन करण्यास सांगितले. महाभारतात श्रीकृष्ण रथात बसून अर्जुनाला गीता सांगत आहे. त्या रथाच्या ध्वजावर कपिचे (मारुतीचे) चित्र असते. हे अनेकांनी पाहिले आहे. ते केवळ मारुतीचे चित्र नसून प्रत्यक्ष मारुतीच त्यावर विराजमान आहे. पुढे कौरव-पांडव यांच्यातील कुरूक्षेत्रातील युद्धात कौरवांचा पाडाव झाल्यावर अर्जुनाला भलताच गर्व चढतो. तेव्हा त्याच्या गर्वाचे हरण करण्यासाठी श्रीकृष्ण अर्जुनास फक्त रथावरील कपिध्वज काढावयास लावतो आणि अर्जुनाला रथातून उतरायला लावून मग स्वतः उतरतो. तेव्हा त्याच क्षणी त्या रथाचा पूर्ण चक्काचूर होऊन रथ भस्म होतो. तेव्हा श्रीकृष्ण अर्जुनास सांगतो, "तुझ्या रथावरील ध्वजदंडावर कपिध्वज होता म्हणून तू सर्वश्रेष्ठ ठरलास. तुझ्या श्रेष्ठतेच्या पाठीमागे मारुतीचे श्रेय कितीतरी पटींनी सर्वश्रेष्ठ आहे. तेव्हा अर्जुन मारुतीकडे क्षमायाचना करतो. असा हा मारुतीराया, बलशाली हनुमान सेवेतही श्रेष्ठ आहे, पराक्रमातही ज्येष्ठ आहे.

सीता संशोधनाचे कार्यदेखील रामाने जेवढ्या विश्वासाने त्यांच्यावर सोपविले होते, तेवढ्याच विश्वासाने त्याने ते कार्य पारही पाडले. सुंदरकांड हनुमंताच्या लीलांनीच भरलेले आहे. हनुमंताजवळ स्वतंत्र बुद्धी आणि प्रज्ञाशक्ती होती. अशोकवाटिकेत आत्महत्येसाठी प्रवृत्त झालेल्या सीतेला प्रभु रामचंद्राचा समाचार सांगण्यापूर्वी त्याने झाडामागे उभे राहून इश्वाकु कुळाचे वर्णन सुरू केले. हनुमंताने मानसिक भूमिका तयार करून सीतेच्या हृदयात विश्वास निर्माण केला, त्यानंतर रामदूत म्हणून स्वतःचा परिचय करून दिला.

लंकादहन ही काही हनुमंताची माकड चेष्टा नव्हती, तर राजकारण विशारदाचे पूर्ण विचार करून केलेले कृत्य होते. लंका दहनामध्ये पूर्ण राजनीती आहे. त्याच्याद्वारे त्याने लंकेतील राक्षस प्रजेचा आत्मप्रत्यय खलास केला. लंकादहन करून हनुमंताने युद्धाचे अर्धे काम पुरे केले आहे.

हनुमान रामाचा पूर्ण भक्त होता. त्याचा दास्य भावही सर्वश्रेष्ठ होता. राम हनुमंताला विचारतात, 'तुला काय पाहिजे?' त्यावेळी, 'माझी तुमच्यावरील प्रेमभक्ती कमी न व्हावी आणि रामाशिवाय दुसरा भाव निर्माण न व्हावा एवढेच पाहिजे.' असे उत्तर त्याने दिले होते. जोपर्यंत रामकथा आहे, तोपर्यंत हनुमान अमरच राहील.

आज लोकजागृती करून समाजाला सशक्त व बलवान करण्यासाठी शक्तिरूपी मारुतीरायांचा आदर्श जनमानसांसमोर ठेवून त्यांच्या आदर्शाची शिकवण देऊन समाज जागृत करता येईल. अशी श्री समर्थ रामदासांची धारणा होती. हा विश्वास मनाशी बाळगून निद्रिस्त समाजात जागृती निर्माण करून तसेच संघटित शक्ती निर्माण करण्यासाठी रामदासस्वामी यांनी मारुतीच्या उपासनेची प्रेरणा समाजात उत्पन्न करण्याचे कार्य केले.

विध्वंसक अथवा असुरी शक्तिविरूद्ध सामना करणारा मारुतीचा आदर्श लक्षात घेतल्यास मने सशक्त होतील. त्यासाठी दांभिक कर्मकांडाची आवश्यकता नाही. 'शक्ती मुक्ती जये ठायी तेथे श्रीमंती धावती.' ही श्रीमंती प्राप्त होण्यासाठी मारुतीची उपासना करायची. हनुमानासारखी जाज्वल्य भक्ती करून मन-देहाची शक्तिबल वाढवा हाच हनुमान जयंतीचा संदेश आहे.

रामदास स्वामी समर्थ स्थापित ११ मारुती मंदिरे :

- सातारा जिल्हा भीम मारुती - चाफळ
- प्रताप मारुती
- दास मारुती - चाफळ
- मसूरचा मारुती
- माजगांवचा मारुती
- शिंगणवाड खडीचा मारुती
- उंब्रज मठातला वीर मारुती
- शहापूर चुन्याचा मारुती
- कोल्हापूर जिल्हा बत्तीस शिराळेचा मारुती
- बहे बोरगाव बह्याचा मारुती
- मनपाडळे पारगाव मारुती.

असे ११ मारुती श्री रामदास स्वामींनी बलोपासनेसाठी स्थापित केले.

विविध प्रकारच्या मारुतीच्या मूर्तीची मंदिरे

१. वीर मारुती
२. दास मारुती
३. रामसेवक मारुती
४. मिश्र मारुती
५. योगी मारुती
६. वार्ता विज्ञापन करणारा हनुमान
७. वीणा पुस्तकधारी हनुमान
८. पंचमुखी मारुती

चैत्र पौर्णिमा

नव्या संवत्सरातील पहिला पूर्ण चंद्र चैत्री पौर्णिमेला अनेक देवीपीठात यात्रा असते. नवरात्र समाप्ती नवमीला झाल्यावर, देवी पौर्णिमेपर्यंत विश्रांती घेते आणि पौर्णिमेच्या दिवशी मोठ्या प्रमाणावर भक्तजन दर्शनाला येतात. देवीच्या दर्शनाला घरून पायी प्रवास करून मंदिरात

जाण्याचा काहींचा रिवाज आहे.

अंजनी ही वानरी शंकरभक्त, तिने शिवशंकराची तपश्चर्या केली. यथावकाश भगवान शिव प्रगट झाले. प्रसन्न चित्ताने त्यांनी तिला वर मागण्यास सांगितले. अंजनी म्हणाली. "प्रभू, तुम्हीच माझ्यापोटी पुत्ररूपाने जन्म घ्या." भक्तांच्या कामना पूर्ण करणारे शिव म्हणाले, 'तथास्तु'.

भक्तकामकल्पद्रुम परमेश्वर, भक्तांच्या कामना पूर्ण करण्यास त्यांना कधीच शीण वाटत नाही. वानररूपात पृथ्वीवर अवतार घेण्यास त्यांना जराही कमीपणा वाटला नाही.

चैत्र पौर्णिमेच्या मुहूर्तावर सूर्योदय होत असता हनुमानजी अवतरले. जन्म होताच भूक लागली. सूर्य उगवला होता. बहुदा ते परिपक्व लाल फळ क्षितिजावर कुणी ठेवले असावे म्हणून बाल हनुमान ते खाण्यासाठी धावले. भगवंताच्या लीला अगम्य असतात. सूर्यदेवाने आपले अस्तित्व दाखविले. हनुमंत फळ न खाता परत आले. पुढे श्रीरामाची सेवा घडली आणि हनुमानजी चिरंजीव ठरले.

आजही ते आपल्या अवतीभोवती असतात. प्रभू रामचंद्राचं गुणगान, नामस्मरण, भजन, कीर्तन, जिथे जिथे होते तिथे हनुमानजी प्रथम पोचतात. असा हा रामभक्त संन्याशांचा आधार. स्वातंत्र्य प्राप्तीसाठी संघटन व संघटनेसाठी गणेशोत्सव, शिवजयंती लोकमान्यांनी सार्वजनिक केली. तसेच आपल्या देशाच्या चहूबाजूंनी आक्रमक शत्रू असताना ही शक्तीची उपासना, शक्तीचे सैनिकी शिक्षण सुरू होणे गरजेचे आहे. त्यासाठी हनुमंत उपासना महत्त्वाची.

विधी

सकाळी ६ वाजता (सूर्योदयापूर्वी) हनुमान जन्म साजरा करतात. पाळणा, नारळ, कुंची, हार-माळा, गुलाल, पेढे असे सर्व साहित्य गोळा करावे. पाळण्यात नारळ ठेवून, कुंची हार घालून, जन्मोत्सव साजरा करावा. नारळ फोडण्याचा प्रघात असतो. नारळाचा प्रसाद वाटावा. पेढे वाटावे. घरी जन्मोत्सव करता येत नसल्यास हनुमान मंदिरात भल्या पहाटे हजर राहावे. आपले नारळ, हार, पेढे घेऊन जावे. जन्मोत्सवात सामील व्हावे. महानैवेद्यात पुरण/वरण / भात-भाजी, वडा इत्यादी पदार्थ असावेत. नैवेद्य-आरती करून हनुमंताच्या चरणी लीन व्हावे.

हनुमंताचा पाळणा

बाळा जो जो रे। हनुमंता ।
दीन जनांचा त्राता । बाळा जो जो रे ॥ धृ.
येता भूवरी, धावला । फळ खाण्या अंबरा |
स्तंभित देव गण । इंद्र घाबरला । । १ । । -
खेळसी खेळा तू पिडीला । शाप ऋषीचा भोवला ।
विसरता ज्ञान तुझे । हिरमुसला । । २ । ।
ऋष्य मुखी पर्वती परागंदा । सुग्रीव सखा ।
साथ जयाची रे । भेटे मग रघुनाथा । । ३ । ।

उल्लंघूनी तू सागरा । भेटे जानकी माता ।
मर्दूनी रावणसुता । जाळिली सोन्याची लंका ।। ४ ।।
शक्ती लक्ष्मणासी लागता । आणिला द्रोणागिरी लंका ।
रामे मारून रावणा । जानकी भेटे रघुनाथा ।। ५ ।।

आणखी काही तपशील - हनुमान, बजरंगबली बद्दलचा

- मंदिरामधली हनुमानाची लोकप्रिय प्रतिमा एका हातात पर्वत आणि कालनेमी या राक्षसाला पायाखाली चिरडलेला अशी आहे. उत्तर भारतात हनुमानाला रानटी आणि विषारी अशी रुईची पानं वाहतात, त्यातून त्याचे संन्यस्त शिवाशी असलेले नाते अधोरेखित होते. दक्षिण भारतात अंजनेय म्हणजे अंजनीचा मुलगा म्हणून लोकप्रिय असलेल्या हनुमानाला विड्याची पानं आणि लोणी अर्पण करतात.
- हनुमानाला संकटांचे निवारण करणारा मानले जाते. सूर्य, तारे अशा आकाशस्थ गोष्टींवर त्याचे नियंत्रण असते. त्याला मंगळवारी आणि शनिवारी नैवेद्य दाखवला जातो, कारण हे दोन दिवस संघर्षकार मंगळ आणि विलंबकारक शनी या दोन दुष्ट ग्रहांचे मानले जातात. मंदिरांमधील चित्रांमध्ये दक्षिण भारतात, जेव्हा हनुमानाचे शेपूट खाली दाखवलेले असते तेव्हा तो शांत आणि मृदू असतो. त्याला आक्रमक योद्ध्याच्या, रक्षकाच्या पावित्र्यात दाखवायचे असते तेव्हा त्याचे शेपूट डोक्यावर मुरडलेले असते.
- काही मूर्तींमध्ये त्याचा हात वर उंचावलेला दाखवतात. काहींच्या मते तो वरदहस्त आहे, तर काहींच्या मते थप्पड मारल्याचा आविर्भाव आहे. लोककथांमध्ये असा उल्लेख आढळतो की, लंकेला आग लावण्याआधी हनुमान रावणाच्या सिंहासनाला आग लावतो आणि रावणाला थप्पड मारून त्याचा मुकुट खाली पाडतो.
- लंकेत रावणाच्या दरबारात हनुमानाच्या शेपटीला आग लावली जाते. आग विझवण्यासाठी हनुमान आपली शेपटी तोंडात घालतो आणि त्या राखेमुळे त्याचे तोंड काळे होते. त्यामुळे एके काळी लालतोंडी असणारी माकडे काळतोंडी झाली असं मानलं जातं.
- अनेक पुनर्कथनांमध्ये हनुमान हा रामायणाचा स्रोत मानला गेला आहे. त्याला जे रामायण सांगायचे होते त्याचाच एक भाग वाल्मिकींनी लिहिला, असे मानले जाते.
- सेतू बांधताना हनुमान दगडावर रामनाम लिहितो असा उल्लेख आहे. त्या काळात अजून लिपीचा शोध लागला होता का याबद्दल साशंकता आहे, कारण तो काळ मौखिक परंपरेचा होता.
- हनुमान योद्धा असला तरी वाल्मिकी रामायणात त्याला देवत्व दिलेले नाही. ती प्रक्रिया आठव्या शतकापासून सुरू झाली. त्याला नागा बाबांनी शिवाचा अवतार मानायला सुरुवात केली. त्यानंतर बाराव्या शतकात तामिळनाडूमधील रामानुज, कर्नाटकातील मध्व (तेरावे शतक), उत्तर भारतातील रामानंद (चौदावे शतक) आणि महाराष्ट्रातील रामदास (सतरावे शतक) त्याच्याकडे आदर्श रामभक्त म्हणून बघायला सुरुवात केली.

- भारतात सगळीकडे पाताळ हनुमान, दक्षिणमुखी मारुती, पंचमुखी, दशमुखी हनुमानाची मंदिरे आहेत. या मुद्रेत तो रामभक्त नसतो तर महाबली असतो.

मारुतीने विवाह का केला?

अशी आख्यायिका आहे की, जेव्हा मारुती त्याचे गुरू सूर्य, ह्यांच्याकडून विद्या शिकत होता, तेव्हा त्यांनी ९ विद्यांपैकी ५ विद्या शिकवल्या; पण शिल्लक ४ विद्या शिकण्यासाठी विवाहित असणे गरजेचे होते. (तशी अटच होती.)

आजीवन ब्रह्मचारी राहण्याचे व्रत घेतलेला मारुती खूपच बेचैन झाला. शिष्याला द्विधा मनःस्थितीत पाहून सूर्यदेवांनी सांगितले की तू माझ्या मुलीशी विवाह कर. सूर्यदेवांची मुलगी सुवर्चला तपस्विनी होती. मारुतीबरोबर विवाह करून सुवर्चला परत तपस्या करायला गेली. असा प्रकारे मारुतीने विवाहाची अट पूर्ण केली होती आणि ब्रह्मचारी राहण्याचे व्रतही पाळले होते. मारुतीच्या हा विवाहाचा उल्लेख पराशर संहितेमध्ये आहे.

जय श्री राम ।

वैशाख पौर्णिमा - कूर्म जयंती

वैशाख पौर्णिमेला 'कूर्म जयंती' असे म्हणतात. कूर्म म्हणजे कासव. विष्णूच्या देवळात देवासमोर दगडात कोरलेले कासव असते, ते तुम्ही पाहिले असेलच.

पृथ्वी जेव्हा फार संकटात सापडते, लोकांचा कुणी दुष्ट माणूस वा राक्षस फार छळ करू लागतो, सर्वनाश होण्याची वेळ येते तेव्हा विष्णू पृथ्वीवर अवतार घेऊन पृथ्वीचे रक्षण करतो असे आपण मानतो. विष्णू हा पालनकर्ता मानला आहे. ब्रह्मदेव सारी सृष्टी उत्पन्न करतो. विष्णू तिचे पालन करतो व योग्य वेळ येताच शिव तिचा नाश करतो असे आपल्या शास्त्रात सांगितले आहे.

विष्णूचे एकूण दहा अवतार आहेत असे मानतात. हे अवतार असे -

१. मत्स्यावतार
२. कुर्मावतार
३. वराह अवतार
४. नरसिंह अवतार
५. वामन अवतार
६. परशुराम अवतार
७. राम अवतार
८. कृष्ण अवतार
९. बौद्ध अवतार
१०. कलंकी अवतार

ह्यापैकी नऊ अवतार घेऊन विष्णूने पृथ्वीचे वेळोवेळी रक्षण केले आहे. असे म्हणतात की दहावा म्हणजे कलंकी अवतार अजून व्हायचा आहे.

सध्या कलियुग चालू आहे. ह्या युगात दिवसेंदिवस अधर्माचा विजय होत जाईल. लोक

धनाचे लोभी बनतील. सत्याची चाड राहणार नाही. अन्यायाचा, अनीतीचा जय होईल. अशावेळी विष्णू कलंकी अवतार धारण करून जगाचे रक्षण करील असे म्हणतात.

ह्या दहा अवतारातला कूर्मावतार हा दुसरा अवतार आहे. ह्याची कथा अशी, पुरातन काळी देव आणि असुर ह्यांच्या सतत लढाया चालू असत. कधी देव जिंकत तर कधी असुर. असुर हे दुष्ट प्रवृत्तीचे असल्याने त्यांचा विजय झाला, की ते आपल्या प्रजेचा छळ करीत. असाच एकदा युद्धात असुरांचा जय झाला. असुरांनी देवांची सर्व संपत्ती जिंकून घेतली आणि साऱ्या जगावर ते राज्य करू लागले.

देवांना काय करावे ते कळेना. तेव्हा सर्व देव मिळून ब्रह्मदेवाकडे गेले आणि म्हणू लागले की, "ब्रह्मदेवा आता तूच काहीतरी उपाय काढ. असुरांचा जय झाला आहे. आता ते सगळ्या जगाचा छळ मांडतील."

ब्रह्मदेव म्हणाले,

"ह्या संकटातून आता आपल्याला श्रीविष्णूच तारतील. तेव्हा आपण सारे त्यांच्याकडे जाऊ."

सर्व देव ब्रह्मदेवासह क्षीरसमुद्रात श्रीविष्णूंकडे गेले आणि त्यांची प्रार्थना करू लागले. तेव्हा श्रीविष्णू त्यांना प्रसन्न झाले. ते म्हणाले,

"देवांनो असुरांवर मात करण्याचा एकच उपाय आहे. ह्या क्षीरसमुद्राच्या तळाशी अमृत आहे. ताक घुसळले तर जसे लोणी निघते, तसा तुम्ही हा क्षीरसागर घुसळा म्हणजे त्याच्या आत लपलेले अमृत बाहेर येईल. ते पिऊन तुम्ही अमर व्हाल. असुरांचे तुमच्यापुढे चालणार नाही."

देवांना ही कल्पना आवडली. पण क्षीरसागर घुसळायचा कसा? विष्णूंनी सांगितले,

"तुम्ही फक्त देव मिळून हे काम करू शकणार नाही. तेव्हा तुम्ही असुरांचीही मदत घ्या. अमृताचे नाव ऐकल्यावर असुर मदत करायला तयार होतील. शिवाय क्षीरसागरातून इतरही वस्तू निघतील त्या तुम्हाला मिळतील."

हेही देवांना पटले. तेव्हा देवांचा राजा इंद्र हा, असुरांचा राजा बळी ह्याच्या दरबारात गेला आणि त्याने क्षीरसागर घुसळण्याची कल्पना त्याला सांगितली. तोही तयार झाला. देवांनी आणि असुरांनी मिळून क्षीरसमुद्र घुसळण्याचे ठरले.

आता एवढा मोठा समुद्र घुसळायचा तेव्हा रवीही मोठीच हवी. तेव्हा देवांनी आणि असुरांनी मंदार पर्वत उपटला आणि मोठ्या प्रयत्नाने तो आणून क्षीरसमुद्रात उभा केला.

आता हवी दोरी. पण एवढा मोठा पर्वत बांधायला पुरेशी बळकट दोरी कुठून आणणार? मग देवांना एक युक्ती सुचली. त्यांनी वासुकी नावाचा प्रचंड साप होता त्याला दोरी होण्याची विनंती केली. तो कबूल झाला. त्याने मंदार पर्वताभोवती वेढा घातला. आता ह्या सापरूपी दोरीच्या एका बाजूला होते वासुकीचे तोंड आणि एका बाजूला होती त्याची शेपटी. कुठले टोक कोण धरणार? देव म्हणाले,

"आम्ही तोंडाकडली बाजू घेतली."

पण असुरांना ते पसंत पडेना. ते म्हणाले, "शेपटीकडली बाजू कमी दर्जाची. ती नाही आम्ही घेणार. आम्ही तोंडाकडली बाजू घेतो."

शेवटी तसे ठरले. देवांनी शेपटीकडील बाजू घेतली आणि असुरांनी तोंडाकडली. घुसळायला सुरुवात झाली. वासुकीला त्या जोराजोराने ओढण्याचा त्रास झाला की तो तोंडाने विषारी फुत्कार टाकी. ते असुरांच्या तोंडावर येत. त्यांना त्रास होई. पण सांगणार कोणाला?

घुसळणे चालू झाले. पण जसा समुद्र घुसळला जाऊ लागला तसा मंदार पर्वत खाली जाऊ लागला. बुडू लागला. कारण खाली आधार काहीच नव्हता. आता काय करायचे?

ह्या नवीन संकटात श्रीविष्णू देवांच्या आणि असुरांच्या मदतीला धावून आले. त्यांनी एका प्रचंड कासवाचे रुप घेतले आणि ते समुद्राच्या तळाला जाऊन बसले. मंदार पर्वत त्यांनी आपल्या दगडासारख्या पाठीवर सावरून धरला. हाच तो कूर्मावतार.

देवांचा आणि असुरांचा प्रश्न सुटला. त्यांनी क्षीरसागर घुसळला आणि त्यातून अमृतासकट तेरा रत्ने काढली आणि हलाहल नावाचे महाभयंकर विषही काढले. ह्या विषाने जगाचा नाश करण्यापूर्वी शंकराने ते गिळले आणि त्याचा गळा त्यामुळे निळा झाला. म्हणून शंकराला नीळकंठ हे नाव आहे. बाकी रत्ने देवांनी वाटून घेतली. अमृतही विष्णूने मोहिनीचे रूप घेऊन देवांना मिळवून दिले. त्यामुळे देव अमर झाले.

अशी ही समुद्रमंथनाची कथा. डार्विनने जगाच्या उत्पत्तीबदल एक विचार मांडला होता. त्या दृष्टिकोनातून विचार करणारे म्हणतात, की हे दहा अवतार म्हणजे मानवाच्या उत्पत्तीबद्दलचा एक सिद्धांत आहे. आपल्या पृथ्वीवर प्रथम पाण्यात राहणारे जीव निर्माण झाले. तो मत्स्यावतार. नंतर आले पाण्यात आणि जमिनीवर दोन्हीकडे राहू शकणारे जीव. तो कूर्मावतार. मग आला वराहावतार. जमिनीवर राहणारे प्राणी. त्यानंतर नरसिंह किंवा अर्धमानव. मग वामन किंवा पूर्ण वाढ न झालेला बटुमानव. मग अतिशय संतापी असा आदिमानव परशुराम आणि मग क्रमाक्रमाने पूर्ण मानव गुण उत्तम स्वरुपात असलेले राम, कृष्ण आणि बौद्ध. असा हा उत्कांतीचा सिद्धांत आहे. नुसती कथा न ऐकता आपण त्यावर विचारही केला पाहिजे.

ह्या शिवाय वैशाख पौर्णिमेस नारद जयंती आणि बौद्ध पोर्णिमा असते. वैशाख शुद्ध त्रयोदशी नृसिंह जयंती असते. नृसिंहदेवाचे नवरात्र असते (वैशाख शुद्ध षष्ठी ते त्रयोदशी).

गंगा दशहरा (ज्येष्ठ शुद्ध प्रतिपदा ते दशमी)

ज्येष्ठ महिन्यात सर्वात जास्त चणचण कशाची? तर पाण्याची. पावसाळ्यात पाण्याचे महत्त्व वाटणार नाही; मात्र उन्हाळ्यात थेंब-थेंब पाण्याची किंमत कळून येते. गेल्या ५-५० वर्षांत बहुतांश ठिकाणी नळ आले. म्हणून पाण्याची पूर्वी जेवढी किंमत करीत ती आता राहिली नाही.

शास्त्रकारांनी मात्र दुर्मिळ प्रसंगी उच्चकोटीची कृतज्ञता व्यक्त करणारा सण ज्येष्ठ

महिन्यातल्या प्रतिपदेपासून दशमीपर्यंत घालून दिला आहे. गंगा दशहरा असे या सणाचे नाव. वास्तविक गंगा नदी महाराष्ट्रात नाही, अन्य अनेक राज्यात नाही. मात्र गंगा पूजन सर्वत्र केले जाते. पाणी म्हणजेच जीवन. ते गंगेचे असो वा आपल्या परिसरातील छोट्या ओहोळाचे. आपले जीवन त्यावर अवलंबून, म्हणून पाण्याची पूजा, पाण्याप्रति आपली कृतज्ञता व्यक्त करण्याचा सण म्हणजे गंगा दशहरा.

आपल्या नद्या आपल्यासाठी लोकमाता तर अनेक पहाड/पर्वत पित्यासमान आहेत. ज्यांना शक्य आहे त्यांनी जीवनात एकदा गंगेचे स्नान, पान करावे. तिथे जाऊन दान करावे. बाकी वेळेस आपल्या जलस्त्रोतांचे पूजन करावे. (गंगोत्पत्ती - गंगावतरण) वैशाख शुद्ध सप्तमीला झाली असे मानतात.

गंगा दशहरा साजरा करण्यामागे अजून एक महत्त्वाची बाब आहे. ती म्हणजे आपले पूर्वज भगीरथ राजा. तीन पिढ्या तप करून गंगा स्वर्गातून पृथ्वीवर आली. या मागे भगीरथ प्रयत्न कारणीभूत असून आपल्या जीवनात तोच आदर्श अनुसरायला हवा. त्याची आठवण करून देणारा हा सण.

विधी

ज्येष्ठ शुद्ध १ पासून गंगादशहरा उत्सव सुरू होतो. तो सलग १० दिवस करता आल्यास उत्तम. शक्य न झाल्यास ज्येष्ठ शुद्ध १ किंवा दशमीला नदीत जाऊन स्नान करावे. तिचे पूजन करावे. या निमित्त दान करावे. विशेषतः गरीब, आदिवासी, मजूर त्यांच्या मुलींना सौभाग्यलेणं, शृंगारलेणं, कपडे द्यावेत, भोजन द्यावे. ज्या जलस्त्रोतावर आपण जगतो, त्या जलस्त्रोताच्या (म्हणजे नदीच्या) काठावर राहणाऱ्यांना द्यावे.

ज्येष्ठ शुद्ध दशमीस आपल्या जावयास ३३ आंबे दान देण्याची प्रथा आहे. सायंकाळी दीपदान करावे. म्हणजे तुपाच्या वाती द्रोणात ठेवून, त्या शिलगावून, नदीच्या पात्रात सोडाव्यात. शुद्ध तुपातील हे दीपदान जलस्त्रोत वाढविण्यासाठी उपयुक्त ठरते.

ज्येष्ठ पौर्णिमा - वटपौर्णिमा

आजच्या दिवशी वेद प्रगट झाले असे मानतात. हजारो वर्षांच्या या परंपरा सर्वत्र एकच संदेश देतात - अनेकात एकता. भगवंत गीतेच्या ५ व्या अध्यायात म्हणतात -

विद्याविनसम्पन्ने ब्राह्मणे गवि हस्तिनि ।
शुनि चैव श्वपाके च पण्डिताः समदर्शिनः ।।१८।।

विद्यावान, विनय असा गुणसंपन्न ब्राह्मण आणि गाय, हत्ती, कुत्रा, चांडाळ या सर्वांकडे समदृष्टीने पाहणारा जो असतो तोच खरा ज्ञानी होय. एखाद्याने वेदाचे उत्तम ज्ञान प्राप्त केले आणि वरच्या कसोटीत तो नापास झाला, तर त्याचे ज्ञान निरर्थक आहे, असा स्पष्ट अभिप्राय भगवंत देतात. अर्थात हेच ते वेदाचे सार.

वटपौर्णिमा

सत्यवान-सावित्री याची कथा सर्वांना ज्ञात आहेच. आपला पती थोड्या काळाचा सोबती आहे हे सावित्रीला लग्नाआधी माहीत होते. निःसंशय ती असामान्य होती, म्हणूनच तिने सत्यवानाशी लग्न केले.

प्रत्यक्ष यमराज पतीला घेऊन जात आहेत, अशा वेळी सावित्री यमराजांकडून खुबीने आपल्या पतीला इहलोकात परत आणते. यात तिचे बुद्धिचातुर्य तर आहेच, त्याशिवाय प्रचंड आत्मविश्वास श्रद्धा आणि जिद्द या सद्गुणांचा अविष्कार तिच्या चरित्रातून पाहायला मिळतो. म्हणून हजारो वर्षापासून या लोकविलक्षण स्त्रीचे आम्ही स्मरण करत आलो आहोत. म्हणूनच आमची परंपरा संस्कृती आक्रमणांना तोंड देत टिकून राहिली आहे. अर्थात, यात पुरुषापेक्षा स्त्रीचा वाटा अधिक आहे.

स्त्रीच्या त्यागावर कुटुंब टिकते, कुटुंब व्यवस्थित तर समाज सुस्थितीत आणि समाज सुस्थितीत असला तर राष्ट्र एकसंघ, अटल, विजिगीषू वृत्तीने टिकून राहील.

‘तोच नवरा पुन्हा-पुन्हा’ यासाठी हा सण नाही. निष्ठा काय असते हे जगाला दर्शविणारा हा सण. त्याचे आचरण करा असे संदेश देणारा हा सण. आमच्या अस्मितेचा शिरोबिंदू म्हणजे हा सण. आम्ही हिंदू म्हणून टिकून आहोत ते केवळ सावित्रीमुळे. आमच्या घराघरात सावित्री होत्या, आहेत. जोवर त्या राहतील तोवर हिंदूधर्म टिकून राहील.

विधी

वडाच्या झाडाची फांदी घरी आणून, त्याची पूजा करून त्या भोवती फेरे घालणे ताबडतोब बंद व्हावे. स्वातंत्र्यानंतरचा काळ जरी विचारात घेतला तर गेल्या ६०-६५ वर्षांत हजारो झाडांची कत्तल झाली. त्यात सर्वाधिक हानी वडाची झाली. नव्याने अन्य झाडे थोड्याफार प्रमाणात लावली. मात्र वडाचे झाड अपवादाने लावले जाते, हे दुर्दैव आहे. आपल्या परिसरात वड असावाच. नसल्यास दुसरीकडून फांदी आणून सण साजरा करण्यापेक्षा, आपल्या परिसरात वड अवश्य लावावा. वडाचे झाड परिसरात नाही, अशा वेळी चित्राचे पूजन करा (पुन्हा तशी वेळ येऊ नये याची तजवीज अगोदर करा. म्हणजे वडाचे झाड लावा.) फांदीचे पूजन मात्र टाळा.

झाडाला सुतविणे ही वेडगळपणाची कल्पना काहींना वाटते. मात्र ते तसे नाही. प्रदक्षिणा घालून सुतविण्यात सावित्रीच्या गुणांची उजळणी करणे अभिप्रेत आहे. श्रद्धा, निष्ठा, आत्मविश्वास, कर्तृत्व, शास्त्राचे पालन या व अशासारख्या उच्च गुणांच्या बंधनात स्वतःला गुंतवायचे आहे. बांधून टाकावयाचे आहे. हे बांधणे दोरखंडाचे नसून, नाजूक धाग्याचे आहे.

संत तुकाराम महाराज म्हणतात, ‘वृक्षवल्ली आम्हा सोयरे वनचरे’ आपण त्यांचे म्हणणे विसरत चाललो आहोत. आपल्या संस्कृतीत सर्व निसर्गाप्रति परम आदर आहे. त्यांतल्या त्यात पाच वृक्षांना विशेष महत्त्व. ते पाच वृक्ष म्हणजे वड, पिंपळ, पळस, औंदुबर आणि आंबा. म्हणून वडाच्या झाडाचं पूजन अवश्य करा.

आपला देश उष्ण कटिबंध प्रदेशात येतो. तेथे उन्हाळ्यात विशेष उष्णता. म्हणून थंड सावलीची जास्त आवश्यकता. अशी दाट सावली, थंड सावली देणारा वृक्षराज वड आपल्या घराशेजारी हवाच हवा. एकवेळ पूजा नाही केली तरी चालेल. वडाचे झाड मात्र एकदा तरी लावाच. जन्मभर कामी येईल.

सध्याच्या लिव्ह इन रिलेशन व लव्ह मॅरेज बोकाळलेल्या काळात निष्ठा, धर्मत्समर्पण हे समजण्यासाठी तरी सत्यवान सावित्रीची कथा तरुण-तरुणींनी पारायणे करावीत अशी मार्गदर्शक आहे. समाजाची स्थिरता व कुटुंब स्वास्थ्य यासाठी स्त्री-पुरुष या दोघांनी समर्पित भावनेने जगणे गरजेचे आहे. व्हॅलेंटाईन डे व फ्रेंडशिप डे सारख्या तकलादू व वरपांगी उपचारात फक्त देखावा आहे. भावना नाही.

वटपौर्णिमा (ज्येष्ठ शु. पौर्णिमा)

सावित्रीने आपल्या पतीचे प्राण परत मिळविण्याकरिता यमराजाला भक्तीने संतुष्ट

केले व आपल्या पतीचे प्राण परत मिळविले. ज्या वृक्षाखाली तो पुन्हा जिवंत झाला ते झाड वडाचे होचे. त्यावेळी सावित्रीने वडाची मनोभावे पूजा केली. या प्रसंगाची आठवण म्हणून आजही स्त्रिया वडाची पूजा करतात. वड हे देवतुल्य असे झाड आहे. त्या ठिकाणी श्री स्वामी समर्थ महाराजांचे वास्तव्य असते. महाराज नेहमी म्हणायचे की, 'वड, वड, मूळ, मूळ' म्हणजेच या विश्वाचे मूळच महाराज आहेत. वड ही अतिशय बहुगुणी औषधी वनस्पती आहे. गुढीपाडव्याला आपण वडाचीच मुळी दरवाज्यावर बांधत असतो. तसेच त्याच्या मुळीपासून केसांसाठी तेल तयार केले जाते.

पूजेचे साहित्य- दोन हिरव्या बांगड्या, शेंदुर, एक गळसरी, अत्तर, कापूर, पंचामृत, पूजेचे वस्त्र, विड्याची पाने, सुपारी, पैसे, गूळ, खोबऱ्याच्या नैवेद्य, आंबे, दुर्वा, गहू इत्यादी वडाच्या झाडाला किंवा वटपौर्णिमेच्या कागदाला (वटपौर्णिमेचा कागद बाजारात मिळतो) तिहेरी दोरा बांधावा. सूत कापसाचे काढलेले असावे.

प्रथम सुपारीच्या गणपतीची स्थापना करावी. त्याती हळद-कुंकू अक्षता वाहून पंचोपचार पूजा करावी. नंतर सूत गुंडाळलेल्या कागदाची पूजा करावी. वटपौर्णिमेची आरती म्हणावी. स्त्रियांनी या दिवशी उपवास करावा. पूजा झाल्यावर वडाच्या दर्शनास जावे. हळद-कुंकू वाहून, आंबे पैसे वडापुढे ठेवून नमस्कार करावा. वडाला तीन प्रदक्षिणा घालाव्यात. पाच सुवासिनींची आंब्याने व गव्हाने ओटी भरावी. ज्येष्ठ महिन्यात पौर्णिमेच्या दिवशी भारताच्या बऱ्याच भागात अजूनही सावित्रीव्रत सौभाग्यवती स्त्रिया करतात. पतिव्रता स्त्री कशी असावी याचा 'सावित्री' हा आदर्श समजला जातो आणि तिची स्मृती सर्व भारतीय स्त्रियांनी दीर्घकाळापासून जागृत ठेवली आहे. सावित्रीचे चरित्र लोकप्रिय असून त्याचे अनेक ग्रंथात वर्णन केले आहे.

कथा -१

सावित्रीने सत्यवानाबरोबर विवाह केला. सत्यवानाला १ वर्षाच्या अंती मृत्यू येणार आहे, असे नारद मुनींनी तिला सांगितले होते. नारदाने सांगितलेल्या दिवसाच्या पूर्व तीन दिवस तिने उपवास सुरू केले. तो लाकडे, फुले, फळे आणण्याकरिता अरण्यात गेला असता, सावित्री त्याच्याबरोबर गेली. ते वनातील शोभा पाहत पाहत चालले होते; पण सावित्रीचे मन मात्र जागेवर नव्हते. सत्यवानाने सर्व फळे गोळा केली. वाळलेली लाकडे तोडण्यासाठी तो झाडावर चढला, नंतर त्याला चक्कर यायला लागली व तो घाबरला, डोळ्यापुढे अंधार वाढू लागला. सावित्री पतीला म्हणाली, 'नाथ, आपण थोडा वेळ विश्रांती घ्या म्हणजे आपणास बरे वाटेल.' तेव्हा सत्यवान सावित्रीच्या मांडीवर डोके ठेवून झोपला.

इतक्यात तिला समोरून एक दिव्य पुरुष येताना दिसला. क्षणात त्याने आपले मृत्यूपाश सत्यावानाचे प्राण हरण करण्याकरिता टाकले. हे पाहून सावित्रीने त्या दिव्यपुरुषाच्या चरणावर मस्तक ठेवले, त्या दिव्यपुरुषाला नमस्कार केला व तिने विचारले की तुम्ही कोण

आहात. तेव्हा तो पुरुष म्हणाला, 'मी प्राणहरण करणारा यमराज आहे.' हे ऐकून सावित्री त्याच्या पाठोपाठ जाऊ लागली.

ते पाहून यमराज म्हणाले, "सावित्री तू पतिव्रता आहेस, तू धार्मिक आहेस, तुझ्या पतीसेवेवर मी प्रसन्न आहे. तेव्हा जो पाहिजे तो वर माग!" तेव्हा तिने आपल्या पतीचे प्राण परत यावे असा वर मागितला. चमत्कार झाला व सत्यवान पुन्हा जिवंत झाला. सावित्रीची पतीवर किती निष्ठा आहे याची ही परीक्षा होती. यावरून सावित्रीने पतीनिष्ठा व पतिव्रता या गुणांनी प्रत्यक्ष यमराजाला हरवले, अशी ही कथा आहे. महान पतिव्रता सावित्रीने साक्षात यमधर्माशी सामना करून आपल्या पतीला दीर्घायुष्याची प्राप्ती करून दिली. या दिवशी सुवासिनी स्त्रियांनी सावित्रीची प्रार्थना करावी व वडाचे झाडास सूत गुंडाळून षोडशोपचारे पूजा करावी. सायंकाळी सुवासिनींसह सावित्रीच्या कथेचे सामुदायिक वाचन करावे.

सावित्री ब्रह्म वादिनी सर्वदा प्रिय भाषिणी।
तेन सत्येनमां पाहि दुःखसंसार सागरात ।।
अवियोगी यथा देव सावित्र्या सहितस्य ते ।
अवियोग तथास्माकं भूयात जन्म जन्मनि ।।

नंतर ५ सुवासिनींची आंब्याने व गव्हाने ओटी भरावी. श्री स्वामी समर्थ महाराजांनी आपल्या तब्बल बावीस वर्षांच्या अक्कलकोट येथील वास्तव्यात याच वटवृक्षाच्या सानिध्यात लक्षावधी भक्तांना दर्शन दिले आणि मार्गदर्शन केले. आपल्या शिष्यमंडळींसमवेत या वृक्षाखाली जणू महाराजांचा दरबारच होता. या वटवृक्षाखाली श्री स्वामी समर्थ महाराजांचे नित्य वास्तव्य असते म्हणून या वटवृक्षाचे अनन्यसाधारण महत्त्व आहे.

ह्याशिवाय कबीर जयंती ज्येष्ठ पौर्णिमेस असते. संत कबीरांचे दोहे वाचावेत, त्यातून श्रीराम भक्ती आणि धार्मिक अध्यात्मिक शक्ती, भक्ती वाढवावी.

आषाढ पौर्णिमा - गुरुपौर्णिमा

आषाढी पौर्णिमेला व्यास पौर्णिमा अगर गुरुपौर्णिमा असे म्हणतात. व्यास हे पराशर ऋषी व सत्यवती ह्यांचे पुत्र. पराशर ऋषी हे महाविद्वान आणि तेजस्वी तपस्वी होते. ते वसिष्ठ ऋषींचे नातू. त्यांच्याबद्दल एक विलक्षण कथा सांगतात. वसिष्ठ ऋषींच्या आश्रमात कामधेनू गाय होती. तिच्या कृपेने त्यांच्या आश्रमात सर्व वस्तू मिळत असत. एकदा राजा विश्वामित्र शिकार करता करता आपल्या सैन्यासह तिथे पोचला. तेव्हा वसिष्ठांनी कामधेनूच्या मदतीने त्याचे सैन्यासह उत्तम स्वागत केले. विश्वामित्र चकित झाला व वसिष्ठांकडे कामधेनू मागू लागला. पण वसिष्ठ कामधेनू देईनात. तेव्हा विश्वमित्र म्हणाला,

"वसिष्ठमुनी, तुम्ही ही गाय मला दिली नाहीत तर मी ती जबरीने घेऊन जाईन."

तेव्हा वसिष्ठांनी कामधेनूची प्रार्थना केली, 'हे माते, मी तुझे रक्षण करू शकत नाही तेव्हा तूच स्वतःचे रक्षण कर.'

कामधेनूने स्वतःच्या शरीरातून शेकडो सैनिक उत्पन्न केले आणि विश्वामित्राच्या सैन्याचा पराभव केला. विश्वमित्राची फजिती झाली. त्याला फार वाईट वाटले आणि त्याने वसिष्ठांचा सूड घेण्याचे ठरवले. त्याने कल्पाषी नावाच्या राक्षसाकरवी वसिष्ठांच्या शतकीर्ती व इतर शंभर मुलांना खाऊन टाकवले. वसिष्ठ ऋषी अतिशय शांत स्वभावाचे होते. ते अजिबात रागावले नाहीत. उलट आपल्या सुनांसह ते आश्रम सोडून दुसरीकडे निघाले. वाटेने चालत असता वसिष्ठांना वेद पठणाचा आवाज ऐकू येऊ लागला. त्यांना तो आवाज शतकीर्तीचा वाटला. म्हणून ते चौकशी करू लागले तेव्हा समजले की शतकीर्तीच्या बायकोला जे बाळ होणार आहे, ते तिच्या पोटातून वेदपठण करीत असते.

जन्माआधीपासून वेद जाणणारे हे बाळ म्हणजे पराशर ऋषी. आपल्या नातवाची ही बुद्धिमता पाहून वसिष्ट ऋषींना फार आनंद झाला. त्यांनी आपल्या हाताखाली त्यांना शिकवून तयार केले. पराशर ऋषी महान विद्वान म्हणून प्रसिद्ध झाले.

पराशर ऋषी उत्तरेकडे तपश्चर्या करण्यासाठी निघाले असताना गंगेच्या काठी आले. तेथे त्यांची सत्यवतीशी गाठ पडली. सत्यवती अगदी तान्ही असताना एका कोळ्याला गंगेच्या काठी सापडली. त्याने तिला आपली मुलगी समजून वाढवली, ही सुंदर मुलगी गंगेवर नाव चालवीत असे व प्रवाशांना पैलतीरावर नेऊन पोचवीत असे. पराशर गंगेच्या पार जाण्यासाठी सत्यवतीच्या नावेत बसले. ही सुंदर मुलगी पाहून त्यांचे मन तिच्यावर जडले व ते तेथेच थांबले. काही काळाने सत्यवतीला त्यांच्यापासून मुलगा झाला तो व्यास.

पराशर तर तपश्चर्येला निघाले होते. त्यांचे सत्यवतीशी लग्नही झाले नव्हते. त्यामुळे सत्यवती फार घाबरली. परंतु पराशरांनी तिला धीर दिला व ते मुलाला घेऊन निघून गेले. पराशरांनी मुलाचे नाव व्यास असे ठेवले. तो मोठा होताच त्याला शिकवून त्यांनी आपल्यापेक्षाही विद्वान केले. सोळा वर्षांचे असतानाच व्यास वेदांत पारंगत झाले. त्या काळी लिहिण्याची कला नव्हती. प्रत्येकजण वेद, उपनिषदे वगैरे ज्ञान गुरुमुखांतून शिके, पाठांतराने ते ध्यानात ठेवी व अशा रीतीने ज्ञान टिकून राही.

पण सर्व ज्ञान तोंडी असल्याने त्यात थोडा विस्कळीतपणा आला होता. पाठ करताना क्वचित शब्द मागे पुढे होत, अर्थाचा घोटाळा होई. व्यासांनी वेदांची नीट रचना केली आणि त्याचे ऋग्वेद, यजुर्वेद, अथर्ववेद आणि सामवेद असे नीट भाग पाडले. त्यातला अर्थ नीट समजावा म्हणून त्यांनी वेदांवर सूत्रेही रचली. ह्या त्यांच्या कामगिरीमुळे त्यांना वेदव्यास असे म्हणू लागले.

वेदांच्या अर्थाचे निरूपण ते उच्चासनावर बसून करीत. आजही सभेत अगर खेळात ज्या उंच जागेवर बसून अगर उभा राहून वक्ता निरूपण करतो त्याला व्यासपीठ असे म्हणतात. व्यासांचे जैमिनी वैशंपायन वगैरे शिष्य त्यांनी लिहिलेल्या ज्ञानाचा प्रसार करू लागले.

व्यासांनी भारतात होऊन गेलेल्या व पुढे होणाऱ्या सोमवंशी राजांचा इतिहास महाभारत ह्या नावाच्या अठरा वर्षांच्या प्रचंड ग्रंथात लिहिला. ह्या ग्रंथात युद्धे, राजकारण, यज्ञयाग ह्या साऱ्यांचे विस्तृत वर्णन आले आहे. कौरव, पांडव ज्यांचे पूर्वज आणि त्यांची मुले, नातवंडे अशा शेकडो व्यक्तींच्या स्वभावाचे, वागण्याचे तसेच तेव्हाची शहरे, वने त्या काळातील राजनीती अशा असंख्य गोष्टींचे वर्णन त्यात आले आहे. व्यासांनी वर्णन केला नाही, असा विषयच जगात नाही. अशा अर्थाचे एक संस्कृत वाक्य आहे, 'व्यासोच्छिष्टं जगत्सर्वम्.'

असे हे व्यास गुरूंचे गुरू. त्यांचे स्मरण आणि पूजन करण्याचा दिवस म्हणजे गुरुपौर्णिमा. पण ह्यादिवशीच प्रत्येक व्यक्ती आपल्याही गुरूंचे पूजन करते. विद्याभ्यास, संगीत, चित्रकला, नृत्य विषय कुठलाही असो. पण त्या त्या क्षेत्रातील व्यक्ती आपापल्या गुरूंना हार, फळफळावळ वगैरे अर्पण करून त्यांची पूजा करतात व पाया पडून आशीर्वाद घेतात.

श्री गुरुपौर्णिमा (व्यासपौर्णिमा)

।। श्री स्वामी समर्थ।।

गुरुःब्रह्मा गुरुविष्णू गुरुदेवों महेश्वरा ।

गुरुः साक्षात परब्रह्म तस्मै श्री गुरवे नमः।।

गुरुपौर्णिमा ही गुरुशिष्याच्या नात्याचे, प्रेमाचे, आदर्शाचे प्रतीक मानले जाते. गुरुवर प्रेमाचा, आदराचा, भक्तिचा वर्षाव करून त्यांच्या कृपेस, आशीर्वादास प्राप्त करण्याचा हा दिवस म्हणजे शुभ पुण्यदानी योगच होय. सर्व विद्या, वेद, पुराणे यांचे माहेरघर, मूळ स्त्रोत आद्य गुरू म्हणून महर्षी व्यास यांचे स्थान अनन्यसाधारण आहे. म्हणून गुरुपौर्णिमेस 'व्यासपौर्णिमा' असेही संबोधले जाते. अशा या महत्त्वपूर्ण तिथीस व्यासांचे, गुरुजनांचे, आध्यात्मिक गुरुंचे पूजन केले जाते. त्यांच्याकडून गुरुमंत्र, दीक्षा, शिक्षण घेतले जाते. गुरुबद्दल श्रद्धा, कृतज्ञता व्यक्त करण्याचा हा दिवस आहे. या दिवशी गुरुची विधिवत पूजा केली जाते.

पूर्वी मौंजी बंधनानंतर मुलांनी गुरुगृही आश्रमात विद्या शिकण्यासाठी पाठवत असत. गुरू मन लावून सर्व विद्या शिकवत, व्यक्ती नाशवंत आहे; पण विद्या ही अक्षय धन आहे. विद्याभ्यास पूर्ण झाल्यानंतर शिष्य घरी जाताना, गुरुजींना वंदन करून गुरुदक्षिणा काय देऊ असे विचारत?

एकदा एक गुरू म्हणाले, "तुला जर गुरुदक्षिणा द्यायची असेल, तर मी जसे शिष्य तयार केले तसेच तू अनेक शिष्य तयार कर. तुझे ज्ञान इतरांना वाट, हीच माझी गुरुदक्षिणा!" असे आदर्श गुरू आपल्या भारतात पूर्वापार होते, आहेत व होतील. त्यांचे स्मरण, त्यांची कृतज्ञता म्हणून हा दिवस साजरा केला जातो.

वेदव्यासांनी गुरुपौर्णिमा या दिवशी महाभारताच्या पाचव्या खंडाची सुरुवात केली. गुरुचे, ज्ञान आणि विचार आचरणात आणावेत हाच गुरुपौर्णिमेचा उद्देश आहे. गुरुंच्या पूजनाने पाप नष्ट होते आणि शांती लाभते. श्री गुरुंच्या छायेत बसल्याने मन व बुद्धीचा विकास होतो. वेदशास्त्र आणि उपनिषदांमध्ये ग्रंथीत केलेले ज्ञान शिष्याला देण्यासाठी, परमेश्वराने गुरुला जनतेच्या कल्याणासाठीच पृथ्वीवर आणले. गुरुचे मन संयमी व एकाग्र असते. कोणत्याही परिस्थितीत त्यावर परिणाम होत नाही. विद्यादान न संपणारे श्रेष्ठ दान आहे. 'गुरू से शिष्य सवाई व्हावा' अशीच गुरुंची आंतरिक इच्छा असते. असे अनेक आदर्श शिष्य आपल्या भारतीय परंपरेत झाले आहेत.

श्रीरामांचे गुरू वसिष्ठ व विश्वामित्र, श्रीकृष्णांचे गुरू सांदिपनी, कौरव, पांडव, एकलव्याचे गुरू द्रोणाचार्य, ज्ञानेश्वरांचे गुरू निवृत्तीनाथ, निवृत्तीनाथांचे गुरू गहिनीनाथ, गोरक्षनाथांचे गुरू मच्छिंद्रनाथ, एकनाथांचे गुरू जनार्दन स्वामी, विवेकानंदांचे गुरू श्रीरामकृष्ण, शिवरायांचे गुरू संत तुकाराम, कल्याण स्वामींचे गुरू संत रामदास असे अनेक गुरू आपल्याला दिसून येतील. आत्मज्ञान हेच सद्गुरुंचे स्वरुप आहे. गुरू म्हणजे अढळ श्रद्धा, अढळ श्रद्धेने सर्व साध्य होते.

गुरू हा ब्रह्मदेवाप्रमाणे सद्गुणांचा पोषक व महेश्वराप्रमाणे दुर्गुणांचा संहारक आहे. मानवाच्या अज्ञानी, असुरी वृत्तींवर संयम ठेवावा लागतो, ही संयमाची प्रेरणा मानवाला गुरुपासून मिळते. जीवनात खरा मार्गदर्शक गुरुच असतो.

ब्रह्मानंदं परम सुखदं । केवलं ज्ञानमूर्तीम् । द्वंदातितं गगन सदृश्यं । तत्त्वमस्यादी लक्षम्। एकं नित्यं विमलं मचलं । सर्वाधि साक्षी भूतम् । भावातीतं त्रिगुण रहितम् । सद्गुरुं त्वं नमामि।।

गुरू हा ब्रह्मपदाचा आनंद, परमसुख देणारा, ज्ञानाची केवळ मूर्तीच. त्याचे ठिकाणी द्वैतभावना नसते. आकाशासारखा विशाल हृदयाचा, मूलतत्त्व मीच आहे ही जाणीव असणारा, नित्य आहे. त्याला अंत नाही. विमल शुद्ध ब्रह्मज्ञानी सर्व ठिकाणी साक्षीभूत असणारा, सत्त्व, रज, तमाच्याही पलीकडे असणारा असा आहे.

गुरुपूजन हे सत्याचे पूजन, ज्ञानाचे पूजन व ध्यानाचे पूजन असते. गुरुच्या सान्निध्यात राहून शिष्य नम्रता, जिज्ञासा, सेवाभाव शिकतो. ज्ञानाचे अमृत पिऊन तृप्त होतो, मनुष्याच्या जीवनसागरात गुरू हा दीपस्तंभ असतो. तसाच जीव व शिव यांचे मिलन घडवून आणणारा गुरू हा साक्षात परब्रह्मच होय.

पिंड ब्रह्मांडात्मक ज्ञान म्हणजे मानवी जीवनातील अंतर्बाह्य सर्व व्यवहारांविषयीचे ज्ञान सद्गुरुंच्या ठिकाणी असते. जगातील प्रत्येक गोष्ट, कार्य, व्यवहार घडून येण्याकरिता विशिष्ट शक्तीची आवश्यकता असते. अखिल विश्वाचा, संपूर्ण जगताचा सर्वांगीण कारभार सुरळीत चालण्यासाठी विशिष्ट शक्तीची म्हणजे बलाची आवश्यकता असते. त्यालाच आत्मिक बल म्हणतात.

पिंड ब्रह्मांडातील कार्याचा समतोल राखण्यासाठी आत्मिकबलाची क्षमता स्थिर राहण्याकरिता करावे लागणारे प्रयत्न-क्रिया फक्त सद्गुरुच करतात. असे थोर पुरुष तपश्चर्येद्वारे, स्वसामर्थ्याद्वारे, आत्मिकबलाची वृद्धी करतात. त्यामुळेच पिंड ब्रह्मांडातील पर्यावरणाचा समतोल अबाधित राखला जातो. एवढे महान कार्य सद्गुरु संत करीत असल्यामुळे त्यांचे श्रेष्ठत्व अप्रतिम आहे. सद्गुरु हे सर्वच ज्ञानचक्षुने न जाणता चर्मचक्षुने जाणणे आणि तेच सत्य मानून चालणे हीच खरी अंधश्रद्धा होय. अशा अंधश्रद्धेचे निर्मूलन सद्गुरुच सातत्याने करू शकतात. याचसाठी सद्गुरुची आवश्यकता असते. सद्गुरुच्या सान्निध्यात राहूनच वास्तव आणि प्रतीक स्वरुपाचा उलगडा करून घ्यायचा असतो.

ह्याशिवाय, आषाढ शुद्ध एकादशी, आषाढी एकादशी आळंदी देहू ते पंढरपूर पायी वारीची सुरुवात होते वद्य एकादशीस संत नामदेव महाराजांची पुण्यतिथी असते.

देवदशयनी एकादशी

प्रत्येक महिन्यात दोन पंधरवडे म्हणजे पक्ष असतात. एक शुक्लपक्ष आणि दुसरा कृष्णपक्ष. या प्रत्येक पक्षातील अकराव्या तिथीला 'एकादशी' म्हणतात. या एकादशींपैकी आषाढ आणि कार्तिक महिन्यातील एकादशी विशेष महत्त्वाची मानतात. आषाढातील शुद्ध एकादशीस भगवान विष्णू झोपी जातात. त्यामुळे या एकादशीला 'शयनी एकादशी' असे

म्हणतात. झोपी गेलेले भगवान विष्णू कार्तिक महिन्यातील शुद्ध एकादशीला जागे होतात, त्यामुळे त्या एकादशीला 'प्रबोधिनी एकादशी' असे म्हणतात.

हे चार महिने म्हणजेच चातुर्मास होय. 'सूर्य नाही' म्हणजे देवच नाही. तो कोठे तरी विश्रांतीसाठी गेला आहे, अशी कल्पना त्या वेळच्या लोकांनी केली. सूर्य वृत्रासुर नावाच्या राक्षसाचा पाठलाग करीत समुद्रातून हिंडत असतो असे मानले आहे. या दोन्ही (आषाढी-कार्तिकी) एकादशीच्या दिवशी लोक उपवास करतात. भगवान विष्णूंच्या, विठ्ठलाच्या दर्शनाला जातात. एकादशीचे मोठेपण सांगणारी एक कथा पुराणात आली आहे.

कथा

भक्त प्रल्हाद सर्वांना माहीत आहे. त्याच्या नातवाचे नाव मृदूमान्य, पण वृत्तीने हा प्रल्हादासारखा भक्त नव्हता. तो राक्षसी वृत्तीचा होता. त्याने घोर तपश्चर्या केली आणि भगवान शंकराला प्रसन्न करून घेतले. भगवान शंकरांनी त्याला वर दिला, एक स्त्री सोडून तुला कुणीही मारू शकणार नाही. या वरामुळे तो उन्मत्त झाला व अनाचार करू लागला, देवांनाही त्रास देऊ लागला. त्याच्या त्रासाने भगवान ब्रम्हदेव, विष्णू आणि शंकर गुहेत लपून बसले. काय करावे? या राक्षसाला ठार कसे करावे? असा विचार करीत असतानाच त्यांच्या श्वासातून एक शक्ती निर्माण झाली. ती अत्यंत तेजस्वी होती. तिचे नाव 'एकादशी'. तिने मृदुमान्याशी युद्ध केले आणि त्याला ठार मारले. साऱ्या जगाला त्याच्या त्रासापासून सोडविले. तेव्हापासून एकादशीच्या दिवशी भगवंताचे नामस्मरण, पूजाअर्चा करून उपवास करण्याची पद्धत रूढ झाली.

या सर्वांहून वेगळी अशी एक कल्पना आहे. ती म्हणजे कर्मयोग्यांना मार्गदर्शन करण्यासाठी भगवान विष्णू झोपी जातात. प्रभू जे ४ महिने झोपी जातात, त्याला आपल्या देशात चातुर्मास म्हणतात. सामान्य प्रसंगातही जर भगवान झोपी गेले, तर सृष्टीचा व्यवहार चालणार नाही. मग चातुर्मासासारख्या अमूल्य काळात, ज्या वेळी सर्वसृष्टीत जल-अन्नाची व्यवस्था करायची असते, त्याचवेळी भगवान झोपतात? हे कसे चालेल?

वर्षा ऋतूत सृष्टीचे सौंदर्य सोळाही कलांनी फुलून उठते. मानवाला जीवन मिळते, शेतकऱ्याला मुबलक पीक मिळते आणि सर्वत्र आनंदाचे वातावरण असते, भगवंताच्या या कृपेने न्हाऊन निघालेला हा भक्त भगवंताचे गुणगान करताना थकत नाही. माझे वैभव तुझ्या कृपेचे फळ आहे, असे जेव्हा मनुष्य भगवंताला सांगतो, त्यावेळी प्रभू त्याला जणु उत्तर देतात की, "मला माहीत नाही, मी चार महिने झोपी गेलो होतो. हे सर्व वैभव व समृद्धी तुझ्या कामाचे, परिश्रमाचे व पुरुषार्थाचे फळ आहे. " काम करताना सतत जागृत राहणे, फळ देते वेळी झोपी गेल्याचा बहाणा करणे याच्यापेक्षा हृदयाची महान विशालता कोणती असू शकेल?

एकादशीच्या दिवशी उपवास करायचा असतो. 'उपवास' याचा अर्थ आपण समजून घेतला पाहिजे. आपण एकादशीच्या दिवशी उपवासाचे पदार्थ भरपूर खातो, त्यावरून

आपल्याकडे एक म्हण तयार झाली आहे. 'एकादशी अन् दुप्पट खाशी'. उपवास असा करायचा नसतो. उपवास म्हणजे (उप म्हणजे जवळ, वास म्हणजे बसणे) जवळ बसणे, देवाजवळ बसणे, त्याचे पूजन, सेवा करणे. नामस्मरण करणे. त्यामुळे मन शुद्ध होते. उपवास असा करायचा असतो. विठ्ठलाला भगवान विष्णूचाच अवतार मानले जाते. अतिशय शांत, सावळे सुंदर रूप फारच मोहक आहे. चेहऱ्यावर अपार करूणा आणि प्रेम ओसंडत असलेले दिसते. कमरेवर हात ठेवून अठ्ठावीस युगे उभा आहे. त्यांच्या रूपाचे, वर्णाचे अनेक संतानी वर्णन केले आहे. आषाढी एकादशी हा पंढरपूरचा महोत्सव!

श्रावण पौर्णिमा - नारळी पौर्णिमा

'आनंदी आनंद गडे, जिकडे तिकडे चोहीकडे' असा काठोकाठ भरून ओसांडणारा आनंद श्रावणात आढळतो. या महिन्यात अनेक सणांची नुसती गर्दी असते. त्यातील एक वैशिष्टपूर्ण सण म्हणजे राखी पौर्णिमा. राखी म्हणजे रक्षा करणे. एक महत्त्वाची जबाबदारी स्वीकारणे यात आपुलकीची, प्रेमाची, कल्याणाची भावना आहे. प्राचीन काळी रजपूत स्त्रिया मोठ्या धैर्याने युद्धप्रसंगी शत्रूच्या गटात जात आणि आपल्या पतीबरोबर, भावाबरोबर युद्ध करणाऱ्या वीर जवानांना आपला बंधू मानून राखी बांधत. त्यामुळे युद्धप्रसंग टळत. या पवित्र आणि व्यापक भावनेमुळेच हा सण भारतीय परंपरेत रूजला असावा.

कथा- १

इतिहासात एक प्रसिद्ध कथा आहे. सिकंदर नावाचा पराक्रमी राजा होता. या महत्त्वाकांक्षी राजाने आपल्या भारतावर स्वारी केली. झेलम नदीपर्यंतचा सर्व प्रदेश त्याने जिंकला. त्याला पुढे यायचे होते; पण पावसाळा असल्याने झेलम नदी दुथडी भरून वाहत होती. नदीला उतार पडत नव्हता, पूर ओसरत नव्हता. सिकंदर स्वतः झेलम नदी पाहण्यासाठी पुढे आला. याचवेळी नदीच्या काठावर सावित्री नावाची स्त्री आपले रक्षण व्हावे म्हणून नदीची पूजा करीत होती. नदीला राखी अर्पण करीत होती. सिकंदराने ते पाहिले. मोठ्या कुतुहलाने त्याने सावित्रीला पूजा, राखी यांबद्दल विचारले. सावित्रीने सिंकदराला या राखीचे महत्त्व सांगून तिने सिकंदराच्या हातात राखी बांधली. सिकंदर सावित्रीचा राखीभाऊ झाला. पुढे सिकंदराने पोरस राजावर स्वारी केली. पोस्स राजाचा पराभव झाला. पोरस हा सावित्रीचा भाऊ आहे, हे सिकंदराला समजले तेव्हा त्याने पोस्सला सोडून दिले. सिकंदराने पोरस राजाचे राज्यही परत दिले. अशाप्रकारे सिकंदर सावित्रीचा भाऊ झाल्याने सर्वांचे कल्याण झाले, संकट टळले. सर्वांना आनंद झाला, अशी कथा.

रोजच्या दगदगीत एवढ्या-तेवढ्यावरून बहीण-भावात कुरकुर होते. भांडणे, रूसवे फुगवे होतात. यादिवशी हे सगळे विसरायचे असते. बहीण भावाला राखी बांधते, गोडधोड खाऊ घालते. भाऊ तिला एखादी आवडती वस्तू भेट देतो. तुटलेली नाती जोडावीत, जोडलेली नाती अधिक दृढ व्हावी, हे सांगणारा हा सण आहे. रक्षाबंधन म्हणजे प्रेमबंधन आजच्या दिवशी बहीण भावाच्या हातात राखी बांधते, म्हणजे त्याला हृदयाच्या प्रेमाने बांधते. तिच्या रक्षणाची जबाबदारी भाऊ स्वतः वर घेतो. त्यामुळे बहीण समाजात निर्भयपणे फिरू शकते.

या संदर्भात राणी कुमावतीची कथा प्रसिद्ध आहे.

कथा- २

गुजरातचा बादशहा बहादुरशहाने चित्तोड राज्यावर हल्ला केला. त्यावेळी चित्तोडचा कारभार राणी कुमावती पाहत होती. तिने त्याच्याशी धैर्याने युद्ध केले, पराक्रम गाजवला; पण बहादुरशहाच्या सैन्यबलामुळे चित्तोडची ताकद कमी पडली, पराभव समोर दिसू लागला. त्यावेळी राणी कुमावतीने बाबराचा मुलगा हुमायुं याला राखी पाठवून आपले चित्तोडचे रक्षण करण्यास सांगितले आणि हुमायुंनेदेखील राखीचा स्वीकार करून जाती, धर्म याचा मुळीच विचार न करता चित्तोडचे रक्षण केले. राखीचे सामर्थ्य हे असे असते.

वैदिक काळापासून रक्षाबंधन किंवा रसमंगळ या संस्काराची प्रथा रूजू आहे. जेव्हा श्रीकृष्णाच्या करंगळीला सुदर्शन चक्राचा घाव लागला, तेव्हा द्रौपदीने आपल्या साडीचा पदर फाडून बांधला. तेव्हापासून द्रौपदीच्या रक्षणाची जबाबदारी भगवान श्रीकृष्णावर आली. श्रीकृष्ण द्रौपदीला बहीण मानीत. जेव्हा द्रौपदीचे वस्त्रहरण होत होते, तेव्हा भगवान श्रीकृष्णाने तिची रक्षा केली. जेथे स्त्रियांचा मान राखला जातो तेथे देवता वास करतात. भावा-बहिणींचे प्रेम हे अत्यंत पवित्र असते. बहिणीच्या मनात आईवडिलांबद्दल आदराची भावना असते, तसेच भावाबद्दल अपार प्रेम असते. आपल्या भावाचा प्रपंच सुखाचा व्हावा म्हणून ती सतत प्रयत्न करते. भावाच्या कल्याणासाठी देवाजवळ प्रार्थना करत असते. या पौर्णिमेचे आणखी एक नाव आहे, 'पोवती पौर्णिमा'. पोवती याचा अर्थ पवित्र असा आहे. पोवते घालण्याच्या विधीस पवित्रारोपण असे नाव आहे. या दिवशी सुताची पोवती देवास अर्पण करायची व स्वतः गळ्यात किंवा बोटावर घालण्याची पद्धत आहे.

या पौर्णिमेला 'नारळी पौर्णिमा' पण म्हणतात. कोळी लोकांचा हा मोठा सण. या दिवशी समुद्राची पूजा करतात. या दिवसापासुन समुद्र शांत व्हावा, बोटी, जहाजे चालू व्हावीत यासाठी लोक जलदेवतेची पूजा करतात. काही लोक समुद्रात नारळ अर्पण करतात.

नारळी पौर्णिमेच्या दिवशी वरूण देवतेसाठी समुद्राची पूजा करून नारळ अर्पण करतात. वरूण ही पर्जन्याची देवता. या पौर्णिमेच्या आधी दोन महिने भरपूर पाऊस पडत असतो. समुद्रावर वादळी वारे वाहतात, समुद्र खवळलेला असतो. त्याचे ते स्वरूप भयंकर असते. त्या स्थितीत समुद्रात संचार करणे अशक्य असते. श्रावणी पौर्णिमेपासून समुद्र शांत होतो.

रक्षाबंधन म्हणजे ध्येय-रक्षण. ज्याने जीवनात काही बंधन मान्य केले आहे, जो जीवनात काही ध्येयासोबत बांधला गेलेला आहे, तोच जीवनचा विकास साधू शकतो. या दिवशी सर्व श्री स्वामी समर्थ केंद्रावर भगिनी श्री स्वामी समर्थ महाराजांना राखी अर्पण करून तेथे जमलेल्या आपल्या प्रत्येक सेवेकरी बंधूंना राखी बांधतात. यामुळे तत्त्वरूपाने एक मोठे संरक्षणाचे नाते तयार होते. महाराजांना आपण सर्वस्व अर्पण करतो व महाराज नेहमी आपल्या पाठीशी असतात. राखी बांधत असताना खालील मंत्र म्हणत राखी बांधावी.

येन बद्धो बलीराजा दानवेंद्रो महाबलाः ।
तेन त्वामहम् बंधयामि रक्षे चलमाचल ।।

श्रावणी पौर्णिमेचे असे धार्मिक, सामाजिक महत्त्व आपण लक्षात घेतले पाहिजे.

चातुर्मास, श्रावणमास

आषाढ शुद्ध एकादशीपासून कार्तिक शुद्ध एकादशीपर्यंत अथवा आषाढ पौर्णिमेपासून कार्तिक पौर्णिमेपर्यंत होणाऱ्या चार महिन्यांच्या काळास चातुर्मास असे म्हणतात. मनुष्याचे एक वर्ष हे देवांची एक अहोरात्र असते. जसे जसे एका माध्यमातून दुसऱ्या माध्यमात जावे तसे तसे काळाचे परिमाण बदलते. हे आता अंतरिक्षात चंद्रावर जाऊन परत आलेल्यांनी आपल्या अनुभवांवरून सिद्ध केले आहे. दक्षिणायण ही देवांची रात्र असून, उत्तरायण हा त्यांचा दिवस असतो.

कर्क संक्रांतीस उत्तरायण पूर्ण होऊन दक्षिणायण सुरू होते. म्हणजेच देवांची रात्र सुरू होते. कर्क संक्रांत आषाढ महिन्यात येते म्हणून आषाढ शुद्ध एकादशीस 'शयनी एकादशी' असे म्हणतात. कारण यादिवशी देव झोपी जातात अशी कल्पना आहे व कार्तिक शुद्ध एकादशीस (प्रबोधिनी एकादशीस) जागे होतात.

वस्तुतः एकादशीपर्यंत चारच महिने पूर्ण होतात, याचा अर्थ असा की, एक तृतीयांश रात्र शिल्लक आहे तोच देव जागे होतात व आपले व्यवहार करू लागतात. देवांच्या निद्राकालात असुर प्रबळ होतात व मानवाला त्रास देऊ लागतात. त्या असुरांपासून स्वतःचे रक्षण करण्यासाठी प्रत्येकाने काही तरी व्रत अवश्य करावे असे धर्मशास्त्र सांगते.

नवसृष्टी निर्मिती हे ब्रह्मदेवाचे कार्य चालू असताना पालनकर्ता विष्णू निष्क्रिय असतो. म्हणून चातुर्मासात भगवान विष्णू क्षीरसागरात शयन करतात असे समजले जाते. म्हणून या कालावधीत विवाहादी विधी करणे वर्ज्य आहे.

परमार्थाला पोषक गोष्टींचा विधी व प्रपंचाला मारक गोष्टींचा निषेध हे चातुर्मासाचे वैशिष्ट्य होय. भौगोलिकदृष्ट्या हा कालावधी बराच लक्षणीय असतो. कारण पावसाळ्यामुळे धरणीचे रूप बदललेले असते, तसे मानवाचे मानसिक रूपही बदलले असते. देहातील पचनादी संस्थांचे कार्यही निराळ्या ढंगात चाललेले असते. अशा वेळी त्यास अनुसरून कंद, वांगी, चिंचा, कांदा इत्यादी खाद्यपदार्थ टाळण्यास सांगितले आहेत. पावसाचा भर असल्यामुळे फारसे स्थलांतर घडत नाही, त्यामुळे चातुर्मास व्रत एकस्थानी राहूनच करावे

असा प्रघात पडला.

चातुर्मासातील चारही महिन्यात बरेच सण, धार्मिक उत्सव व व्रते असतात. चातुर्मासातील श्रावण महिना विशेष महत्त्वाचा आहे. भाद्रपद महिन्यातील वद्य पक्षात महालय श्राद्ध करतात. आई वडिलांनी आपल्या मुलांना कुलाचार शिकविणे, देवगुरुंचे दर्शन, पूजन तसेच अभक्ष्य पदार्थ न खाण्याचे वळण लावणे, हा चातुर्मास काळाचा उद्देश आहे.

श्रावणमास

भारतीय संस्कृतीत निसर्ग व मानवाचे नाते सातत्याने जपण्याचा प्रयत्न केलेला दिसून येतो. येथल्या धार्मिक आणि सामाजिक व सांस्कृतिक परंपरांमध्ये निसर्गाचे अस्तित्व, खोलवा रुजून राहिलेला आहे. मानवी आयुष्यात पशु-पक्षी, वृक्षवेली, फुल-फळ या साऱ्यांनाच प्रेमाचे स्थान मिळालेले आहे. दररोजच्या जीवन क्रमातही निसर्गाच्या सोबतीचा विसर पडू नये अशी शिकवण भारतीय परंपरा देते. निसर्गचक्राशी समरस होऊन मानवी जीवन पुढे जात रहावे यासाठी त्याची सांगड सृष्टीच्या बदलाशी घालण्यात आली आहे व त्यानुसार आपल्याकडे १२ महिन्यात विविध सण-व्रत दिसून येतात.

या महिन्यात पृथ्वीने आपल्या अंगावर हिरवी शाल आणि त्यावर रंगबिरंगी फळ-फुलांची वेलबुट्टी धारण केलेली असते. असे नयनरम्य दृश्य मनाला आल्हाददायकता देते आणि बालकवींप्रमाणे गुणगुणू लागते, ‘श्रावण मासी हर्ष मानसी, हिरवळ दाटे चोहीकडे’. अशाप्रकारे आनंद द्विगुणीत करणारा, व्रतवैकल्यांची उधळण करणारा हा श्रावण मास सर्वांना निराळा वाटतो. श्रावण महिना हा भगवान शिवाच्या पूजेला सर्वश्रेष्ठ मानला जातो, म्हणून या महिन्याच्या प्रत्येक सोमवारी शिवमूठ वाहिली जाते. अभिषेक, पठन, होम-हवन, उपवास, व्रत केले जातात. त्यात निराहार व्रत, एकान्नव्रत, नक्त व्रत, मौन व्रत, कर्पूरहोम, दानधर्म, सत्संकल्प केले जातात.

श्रावण महिना हा विविध कार्यक्रमांनी भरगच्च असलेला, निसर्गाविषयी कृतज्ञता जाहीर करणारा एक आनंदाचा सोहळा आहे. या महिन्यात दर शुक्रवारी जिवंतीकाचे पूजन केले जाते, सौभाग्यदायक मंगळागौरी उत्सव साजरा केला जातो. नवविवाहित मुली आपल्या माहेरी येऊन मुक्तहस्ताने खेळून, गाणे म्हणून, जागरण करून, शिव-पार्वती, गणेशाचे पूजन करतात. हा महिना प्राणीमात्रांवर दया करण्यास सांगणारा, त्यांची कृतज्ञता मानून त्यांच्याशी नाते जोडणारा आहे. म्हणून या महिन्यात नागपंचमी, बैलपोळा मोठ्या उत्साहात साजरा होतो, तर सागराशी संबंधीत नारळी पौर्णिमा साजरी करण्यात येते. बहीण-भावाचे पवित्र प्रेमाचे बंधन ‘राखीपौर्णिमा’ हा सणही मोठ्या आनंदाने साजरा केला जातो, तर संस्कार करणारा ‘श्रावणी’ संस्कार साजरा केला जातो. आदर्शाचा उच्चांक असलेला श्रीकृष्णाचा जन्मोत्सव मोठ्या थाटामाटात साजरा केला जातो.

असा हा श्रावण महिना, किती वर्णावा त्याचा महिमा. मन, बुद्धी, देहाला प्रफुल्लित

करणारा, आनंदाने डोलायला लावणारा, पारंपरिक रीतिरिवाज जोपासणारा, सांस्कृतिक लोक-गीत, खेळांची शाश्वत मूल्य जपायला शिकवणारा, हा महिना आहे.

नारळी पौर्णिमा, रक्षाबंधन

नारळी पौर्णिमा, कोळी बांधवांचा महत्त्वाचा सण. यापूर्वी काही दिवसांपासून सुमद्रावर मासळी पकडणे बंद असते. या दरम्यान मासळीचे प्रजोत्पादन सुरू होते. नारळी पौर्णिमेला, समुद्राची पूजा करून नारळ अर्पण केला जातो. भारत देशाला जवळपास २५०० किमीचा समुद्र किनारा लाभला आहे. अरबी समुद्र, हिन्दी महासागर आणि बंगालचा उपसागर अशा तीन सागरांनी वेढलेला आपला देश. खूप सारे भारतीय समुद्रावर आपली उपजीविका करतात, त्यांचा हा सण.

हा सण समुद्रावर उपजीविका करणारेच करतात असे नव्हे. नव्या मासळीची प्रतीक्षा करणारेही या सणाची वाट पाहत असतात. मासळी न खाणारे नारळीभात करून आजचा सण साजरा करतात.

आजचा दिवस म्हणजे रक्षाबंधनाचा दिवस. बहिणीने भावाला राखी बांधायची आणि त्याने बहिणीचे रक्षण करावे अशी त्या मागची भावना. भाऊ राखी बांधून घेतो, म्हणजे बहिणीच्या रक्षणाची जबाबदारी आनंदाने स्वीकारतो. भावा-बहिणींच्या अतूट प्रेमाचे प्रतीक असलेला हा सण.

आज देवपूजेत देवाला राखी अर्पण करून, रक्षा करण्यासाठी प्रार्थना केली जाते. पुरोहित वर्ग/ भिक्षेकरी आपल्या यजमानांना राखी बांधून, आर्थिक रक्षणाची अपेक्षा करतात. काळ बदलला, तशा राख्या बदलल्या. पूर्वी केवळ साध्या रेशमाच्या / रंगीत दोऱ्याच्या राख्या असत. आता त्यामध्ये विविधता आली आहे. आकार/प्रकार वाढले आहेत. एका बाजूने ही गोष्ट चांगली, मात्र बेगडी राखी बांधून बेगडी प्रेम मिळवावे असा आशय ठरविणारा प्रकार होऊ नये यासाठी प्रथा जपाव्यात व त्यामागील उद्देशही जपावा.

इतिहासात आक्रमकाला राखी पाठवून युद्ध टळल्याचे काही दाखले आहेत. राखीचा धागा जरी कच्चा असला, तरी त्यामागची भावना मात्र बळकट आहे, सर्वत्र आहे. प्रसंगी सीमा ओलांडून राखीने परिवर्तन घडवून आल्याचे नमूद आहे.

विधी

परंपरेला अनुसरून कोळी बांधव समुद्राला नारळ अर्पण करतात. समुद्राची पूजा करून कृतज्ञता व्यक्त करतात. नव्याने मासळी उत्पादनासाठी नावा समुद्रात सोडतात. समुद्रीखाद्य खाणाऱ्यांनी समुद्राप्रती आपली कृतज्ञता व्यक्त करावी. समुद्राला नारळ, जानवे, सुपारी, पैसा अर्पण करावा.

आपल्याला आवडतील अशा राख्या स्वतः बनवाव्यात वा विकत आणाव्यात. भावाला प्रेमाने पाटावर बसवून त्याच्या हाताला राखी बांधावी. त्याला भोजन/मिठाई द्यावी. राखी

हाताला बांधताना खालील मंत्र म्हणतात.

येनबद्धो बलीराजा दानवेंद्रो महाबलिः ।
तेन त्वाम प्रतिबध्नामी रक्ष मां चर मा चर ||

भावाला प्रत्यक्ष भेटीत राखी बांधता न आल्यास, पोस्टाने राखी अवश्य पाठवावी. ज्यांना भाऊ नाही, त्यांनी पौर्णिमेला पूर्ण चंद्राला ओवाळावे.

ब्राह्मणवर्ग आपआपल्या शाखेनुसार ठरावीक दिवशी श्रावण महिन्यात जानवे बदलतात त्याला 'श्रावणी' म्हणतात. त्या समारंभात सामील न होता आल्यास, पौर्णिमेच्या दिवशी जानवे अवश्य बदलावे. यज्ञोपवीत धारण करताना ते सूर्याला दाखवितात. तेव्हा म्हणावयाचा मंत्र.

ॐ यज्ञोपवीतं परमं पवित्रं प्रजापतेर्यत्सहजं पुरस्तात ।
आयुष्यमम्यं प्रतिमंच्य शुभ्रं यज्ञोपवितं बलमस्तु तेजः ।।

(याशिवाय सोयर/सुतक समाप्तीनंतर यज्ञोपवीत बदलावे.)

आजच्या नैवेद्यात केशरमिश्रित नारळीभात आणि अन्य पदार्थ असावेत. नैवेद्य झाल्यावर सर्वांनी प्रसाद म्हणून त्याचे सेवन करावे.

भाद्रपद पौर्णिमा - भागवत सप्ताह समाप्ती

भाद्रपद महिन्यात देवळांमध्ये व्यास लिखित भागवत वाचनाचा सप्ताह भाविक लोक करतात. सप्ताह म्हणजे सात दिवसात भागवत वाचायचे. पण फार जुन्या काळी जो एक भागवत सप्ताह झाला त्याची कथा ऐकण्यासारखी आहे.

गोष्ट आहे परीक्षित राजाची. त्याचा जन्म आणि मृत्यू दोन्हींची कथा फार अद्भुत आहे. परीक्षित हा पांडवांच्या वंशातला. अर्जुनाचा तो नातू. अर्जुनाचा मुलगा अभिमन्यू ह्याचा मुलगा. महाभारताचे अठरा दिवसांचे घनघोर युद्ध संपले आणि हा जन्मला; पण मृतावस्थेत. युद्ध चालू होते तेव्हा अभिमन्यूची पत्नी उत्तरा हिचे दिवस भरत आले होते. युद्धातला कौरवांच्या बाजूचा शेवटचा सेनापती अश्वत्थामा होता. युद्धात अभिमन्यू मरण पावला होता. दोन्ही सैन्यांचा अतिशय नाश झाला होता. कौरवांच्या बाजूने लढायला सैन्यच उरले नव्हते. त्यामुळे एकटा पडलेला अश्वत्थामा अतिशय चिडला आणि त्याने पांडवांचा सूड घेण्याचा निश्चय केला.

कृपाचार्य आणि कृतवीर्य ह्या दोन वीरांसह तो रात्रीच्या वेळी पांडवांच्या छावणीत शिरला. महाभारतकाळी अशी पद्धत होती की युद्ध सूर्योदयापासून सूर्यास्तापर्यंतच होई. रात्री दोन्ही सैन्ये आपापल्या छावणीत शांतपणे विश्रांती घेत. त्याप्रमाणे पांडव शांतपणे झोपले असताना अश्वत्थामा दुष्ट बुद्धीने छावणीत शिरला आणि झोपलेल्या वीरांना त्याने ठार मारायला सुरुवात केली. द्रौपदीचे झोपलेले पाच मुलगे त्याने मारले.

कसा कोण जाणे पण श्रीकृष्ण जागा झाला आणि त्याने पांडवांना आणि द्रौपदीला रथातून दूर सुरक्षित ठिकाणी नेले. पण ह्यामुळे अश्वत्थामा जास्तीच चिडला आणि त्याने एक अगदी भयंकर कृत्य केले. ते म्हणजे पांडवांच्या ज्या गर्भवती स्त्रिया होत्या त्यांच्यावर त्याने ब्रह्मास्त्र टाकले. हेतू हा की पांडव निर्वंश व्हावेत. ह्या भयंकर अस्त्रामुळे त्या स्त्रियांच्या पोटातील बालके मरून गेली. उत्तरा ह्या साऱ्या प्रकारामुळे अतिशय भिऊन गेली व त्यामुळे दिवस पुरे भरण्याआधीच तिच्या मुलाचा जन्म झाला. हाच परीक्षित. अश्वत्थामा निघून गेल्यावर पांडव

व द्रौपदी परत आले. पांडववंशातील पुढे जन्मणारी सारी मुले मेलेली, पांडवांचे पाचही मुलगे मेलेले आणि पांडववंशाचा शेवटचा अंकुर, अभिमन्यूचा मुलगाही मृतावस्थेत जन्मलेला. हा सारा भयंकर प्रकार पाहून ते अतिशय दुःखी झाले.

पांडवांचा साहाय्यकर्ता श्रीकृष्ण आताही मदतीला धावला आणि त्याने आपल्या दैवी शक्तीने परीक्षिताला जिवंत केले.

परीक्षित मोठा झाला. कृपाचार्यांपाशी त्याने लढाईचे शिक्षण घेतले. मग त्याला राज्याभिषेक झाला. तो मोठा उत्तम राजा होता. त्याने दिग्विजय केला आणि आपल्या प्रजेची त्याने फार चांगली काळजी घेतली. पण लवकरच त्याचा मृत्यू ओढवला, तोही फार विलक्षण रीतीने.

परीक्षित राजा एकदा जंगलात शिकारीला गेला. एका हरणाच्या मागे तो धनुष्यबाण घेऊन धावत होता. तेवढ्यात हरीण अचानक दिसेनासे झाले. तिथे समोरच एक आश्रम होता. आश्रमापलीकडल्या दाट झाडीतच हरीण नाहीसे झाले होते. आश्रमाबाहेर एका वृक्षाच्या छायेत शमिक ऋषी ध्यान लावून बसले होते. त्यांच्यासमोरूनच हरीण पळत गेलेले राजाने पाहिले होते. म्हणून त्याने ऋषींना विचारले,

"मुनिवर, इथून आता एक हरिण गेला तो कुठल्या दिशेला गेला बरे?"

ऋषी ध्यानस्थ होते. तेव्हा अर्थातच ते काहीच बोलले नाहीत. ते बघून राजाला राग आला. त्याने जवळच पडलेला एक मेलेला साप ऋषीच्या गळ्याभोवती घातला आणि तो निघून गेला.

शमिकांचा मुलगा शृंग समिधा वगैरे आणण्यासाठी बाहेर गेला होता. तो काही वेळाने परत आला. शमिक ऋषि अजून ध्यानस्थ होते. त्यांच्या गळ्यातील तो मेलेला साप पाहून शृंगाला अतिशय राग आला आणि त्याने शापवाणी उच्चारली, "ज्या दुष्टाने माझ्या पित्याचा असा अपमान केला असेल तो आजपासून सातव्या दिवशी साप चावून मरण पावेल."

मग त्याने शमिक ऋषींच्या गळ्यातला साप काढून फेकून दिला. शमिक ऋषींची समाधी उतरल्यावर त्यांना सगळी हकीकत कळली, तेव्हा त्यांना फार वाईट वाटले. ते म्हणाले,

"अरे शृंगा, शांती हा मुनीचा धर्म आहे. उगीच रागावून तू राजाला शाप दिलास हे वाईट केलेस. राजाच्या हातून चूक झाली असली, तरी तो प्रजेचे पालन नीट करतो. आता झाले ते झाले. मी राजाला भेटून शापाची हकीकत सांगतो म्हणजे तो आपल्या राज्याची व्यवस्था नीट लावील."

शमिक ऋषींनी राजा परीक्षिताला शापाची हकीकत सांगितली. तेव्हा तो फारच घाबरला. आपल्या दरबारातल्या विद्वान ब्राह्मणांना ह्या संकटातून सुटण्याचा मार्ग विचारू लागला. पण ब्राह्मण म्हणाले,

"ऋषीचा शाप कधी खोटा होत नाही. आता तू उरलेले आयुष्य पुण्य करण्यात घालवावेस हे उत्तम."

राजाच्या प्रधानाला मात्र अजून आशा होती की आपण काहीतरी युक्ती करून राजाचा जीव वाचवू. म्हणून त्याने एका मोठ्या सरोवरामध्ये एक खांब पुरला आणि त्यावर एक महाल उभा केला. राजाने त्या महालात रहावे. येणाऱ्या जाणाऱ्यांवर कडक पहारा ठेवावा असे त्याने

ठरवले.

तो म्हणाला,

"सापच काय, पण कीडामुंगीसुद्धा महालात जाणार नाही, ह्याची मी काळजी घेईन. मग शाप खरा होईलच कसा?"

प्रधानाच्या विनंतीनुसार राजा परीक्षित त्या तलावातल्या महालात राहायला गेला. वाटेत शुकमुनी भेटले. तेव्हा राजाने त्यांना विनंती केली की आपल्या उरलेल्या आयुष्यात काहीतरी चांगले तत्त्वज्ञान ऐकावे अशी इच्छा आहे. तेव्हा शुकमुनींनी काहीतरी उपदेश करावा. शुकमुनींनी त्याची विनंती मान्य केली आणि त्याला भागवत सांगण्याचे ठरवले. भागवत हा फार पवित्र आणि ज्ञानाने भरलेला ग्रंथ आहे. व्यासमुनींनी हा ग्रंथ आपल्या स्वतःच्या समाधानासाठी लिहिला. ह्यात श्रीकृष्णाचे व इतर पुण्यपुरुषांचे चरित्र आणि तत्त्वज्ञान आहे. सात दिवस शुकमुनींनी परीक्षिताला भागवत सांगितले.

सातव्या दिवशी सूर्यास्तापूर्वी ग्रंथ सांगून संपला. प्रधान आनंदाने म्हणाला,

"आज सात दिवस झाले. टळला की नाही राजाचा अपमृत्यू?"

राजा हे सात दिवस केवळ फळेच खात होता. आताही माळ्याने समोर एका परडीत टपोरी बोरे आणून ठेवली होती. त्यातले एक बोर राजाने उचलले व एक चावा घेतला. पाहतो तो त्यात एक लहानशी अळी होती.

राजा किंचित हसून म्हणाला, "कोण जाणे? मृत्यू यायचाच असेल तर ह्या अळीच्या रूपाने सुद्धा येईल."

आणि खरोखरच पुढल्याच क्षणी त्या बारीकशा अळीचा मोठा साप झाला आणि तो राजाला चावला. तक्षक नाग बोरातल्या अळीच्या रूपाने राजाचा मृत्यू बनून आला होता. शृंग ऋषींचा शाप खरा झाला.

आयुष्याचे शेवटचे सात दिवस राजा परीक्षिताने जे भागवत ऐकले त्यामुळे त्याला मुक्ती मिळाली. असे आहे या भागवत सप्ताहाचे महत्त्व. या भागवत सप्ताहाची समाप्ती भाद्रपद पौर्णिमेला झाली होती.

अनंत चतुर्दशी - गणपती विसर्जन

पुष्कळ ठिकाणी या दिवशी 'गणपती विसर्जन' हा उत्सव साजरा केला जातो. दहा दिवस आनंदाने सोबत राहिलेल्या गणरायाला मानासह, योग्य उत्तरपूजा करून विधिवत सागर, नदी, सरोवर वा शेतजमीन यात विसर्जित केले जाते. पुढच्या वर्षी परत येऊन असाच आनंद आमच्या आयुष्यात निर्माण करावा, आमच्यावर कृपा करून आमच्या विघ्नांचा नाश करावा अशी प्रार्थना केली जाते. श्री गणेश पूजनाच्या दिवशी, सांगता पूजा म्हणून सत्यनारायण पूजन केले जाते. तसेच याच दिवशी सायंकाळी 'अनंत' म्हणजे भगवान विष्णू यांचे सत्यनारायण पूजन घालून पूजा केली जाते.

स्वतःच्या कर्माचा गर्व झालेल्या कौंडिण्यऋषीप्रमाणे आम्हाला दारिद्र्य, मनस्ताप, अपमान,

निंदा, लाचारी येऊ नये, आमच्यात सदैव तुझ्या उपकाराची जाणीव, तुझ्या अस्तित्त्वाचे स्मरण आणि कृतज्ञता असू दे, आम्हाला तुझी प्राप्ती होऊ दे, अनंत विश्वाला सामावून घेणाऱ्या प्रत्येक कणाकणाचा जो स्वामी आहे, त्याच्याच हातात आपली दोरी आहे. हे भान असणे व त्यानुसार आपण कृती- विचार-आचार स्वभावावर अंकुश असणे व त्या परमश्रेष्ठ प्रजापालक भगवान विष्णूंचे व त्यांचेच अवतार असलेल्या पखल भगवान श्री स्वामी समर्थ महाराजांचे सतत स्मरण, चिंतन, नामस्मरण चित्ती असू द्यावे हे सांगणारा हा उत्सव आहे.

यादिवशी अनंत रूपात, अनंत नामाने प्रसिद्ध असलेले भगवान विष्णूंचे १००१ तुलसीपत्र वाहून पूजन केले जाते. तुलशीसारखे पावित्र्य, भक्ती, त्याग आमच्यात निर्माण होऊन आम्हीही तुला प्रिय असू दे व तुझ्या चरणात, हृदयात आम्हाला तिच्यासारखे स्थान प्राप्त होऊ दे, हेच हे व्रत सांगत असते.

गतवैभव, गतमान, मनशांती मिळवून देण्याचे हे सर्वश्रेष्ठ भगवान विष्णूंचे व्रत आहे.

आश्विन पौर्णिमा- कोजागिरी पौर्णिमा

पौर्णिमेची रात्र, चंद्राची रात्र सर्वांना आनंद देते. आश्विन शु. पौर्णिमा म्हणजे 'कोजागिरी पौर्णिमा.' अशा या रात्री शरदाच्या चांदण्यात जे लोक आनंदात रमत खेळत जागरण करतात, त्यांच्यावर देव प्रसन्न होतात असा समज आहे.

हा उत्सव आश्विन शु. पौर्णिमा या दिवशी रात्री ठीक १२ ते १२.३९ या ३९ मिनिटात करायचा असतो. भगवान इंद्र, लक्ष्मी, चंद्र, कुबेर यांची वर्षातून सेवा करण्याची हीच एकमेव वेळ असते. शक्यतो हा उत्सव प्रत्येक सेवेकऱ्याने आपल्या घरीच करावा. उपरोक्त वरील देवता या दिवशी पृथ्वीतलावर आशीर्वाद देण्यासाठी येत असतात त्यांना अमृताचा (दूध) नैवेद्य लागतो.

पूजाविधी मांडणी

मांडणी करतांना एका पाटावर किंवा चौरंगावर

१. लक्ष्मीचे प्रतीक म्हणून विड्याच्या जोडपानावर सुपारी ठेवावी.
२. विड्याच्या जोडपानावर कुबेराचे प्रतीक म्हणून सुपारी ठेवावी.
३. तांदुळाच्या राशीवर पाण्याने भरलेला तांब्याचा तांबा/गडवा, त्यात आंब्याचा डगळा इंद्राचे प्रतीक म्हणून घ्यावा.
४. चंद्राचे प्रतीक म्हणून चंदनाचा भरीव गोल बनवावा. अशी मांडणी रात्री १२ वाजेपर्यंत करून ठेवावी. रात्री ठीक १२ ते १२:३० या ३० मिनिटात दुधाचे भांडे चंद्रकिरणात ठेवावे. जेणेकरून चंद्रदेवता शलाका रूपात अमृताचा प्रसाद देतात.
५. १२:३० ला पूजेच्या पाटासमोर दुधाचे भांडे ठेवून चारही देवांची हळद कुंकू, पांढरी फुले, अक्षता, अष्टगंध, वाहून पूजा करावी. दुपारीच तुळशीपत्र तोडून ठेवावे. त्यात एक तुळशीपत्र टाकावे, नैवेद्य दाखवावा व प्रार्थना म्हणावी.

ऋण रोगादी दारिद्रयम अपमृत्यु भय ।
शोक मनस्ताप नाशयंतु मम सर्वदा ।।

दुधाचा नैवेद्य फक्त घरातील व्यक्तींनीच घ्यावा. उपरोक्त सुपाऱ्या जपून ठेवून दरवर्षी पूजाव्यात. कोजागिरीस त्यांची पूजा करावी. १२ ते १२:३० या काळात लक्ष्मीप्राप्तीची सेवा करावी. त्यात श्री स्वामी समर्थ या मंत्राचा ११ माळा जप, श्री लक्ष्मी गायत्री मंत्र, श्री विष्णू गायत्री मंत्र, श्री कुबेर मंत्र प्रत्येक १ माळ जप करावा. तसेच १६ वेळा श्रीसूक्त, श्री व्यंकटेश स्तोत्र १ वेळा व गीतेचा १५ वा अध्याय वाचावा.

हा अतिशय महत्त्वाचा लक्ष्मी प्राप्तीचा कार्यक्रम आहे. लक्ष्मी म्हणजे श्री शोभा. लक्ष्मी अनेक प्रकारची आहे. वित्तलक्ष्मी, गुणलक्ष्मी, लक्ष्मी, भावलक्ष्मी वगैरे सर्वच प्रकारची लक्ष्मी जागृत माणसाला मिळते. आळशी, प्रमादी किंवा झोपाळू माणूस प्रत्यक्ष समोर आलेल्या लक्ष्मीलाही ओळखू शकत नाही. देवी महालक्ष्मी ही परमदयाळू आहे, कृपाळू आहे, ती हित करणारी आहे; पण या देवीची मोठी बहीण मात्र संकटे आणते, त्रास देते कटकटी निर्माण करते अशी कल्पना आहे.

या मोठ्या बहिणीस 'अक्काबाई' म्हणतात. तिची अवकृपा झाली की लोक म्हणतात, 'अक्काबाईचा फेरा आला'. ही अक्काबाई पौर्णिमेच्या दिवशी अनेक घरांवरून फिरते. कोण झोपले आहे कोण जागे आहे, ते ती पाहते. अनेक झोपलेल्या आळशी लोकांवर ती रागावते. पण जे जागरण करतात त्यांना सुख समाधान, संपत्ती लाभते असे म्हणतात. कोण जागतोय? को जागती? यावरून या पौर्णिमेला 'कोजागिरी' हे नाव पडले. याच पौर्णिमेच्या रात्री देवांचा राजा इंद्रही पृथ्वीवर फिरत असतो आणि पूजा कोण करीत आहे किंवा नाही हे तो पाहत असतो. वारंवार तो 'कोजागर्ती' असे विचारतो यावरून हे नाव रूढ झाले. या विषयी कथा अशी आहे की,

कथा

एका गावात एक अत्यंत गरीब माणूस होता. एक दिवस त्याचे पत्नीबरोबर भांडण झाले. त्यानंतर तो माणूस पैसे मिळवण्यासाठी घराबाहेर पडला. दिवसभर उपाशीपोटीच फिरत संध्याकाळी समुद्राच्या काठाकाठाने तो एका अरण्यात आला. तिथे त्याला तीन नागकन्या दिसल्या. त्या विचार करीत होत्या, चिंतेत होत्या. त्यांना सोंगट्या खेळण्यासाठी एका चौथ्या गड्याची गरज होती. त्या माणसाला पाहिल्यावर त्या नागकन्यांना आनंद झाला. त्यांनी त्याला खेळायला बोलाविले. दिवसभरच्या भटकंतीने तो थकला होता. नागकन्यांनी त्याला नारळाचे पाणी प्यायला दिले. त्याला बरे वाटले. त्या नागकन्यांबरोबर तोही सोंगट्या खेळायला बसला; पण का कुणास ठाऊक खेळतांना तो सारखा हरत होता.

त्या दिवशी आश्विन शुद्ध पौर्णिमेची रात्र होती. सर्वत्र गार वारा सुटला होता. सगळीकडे शुभ्र चांदणे पसरले होते. इतक्यात अक्काबाईचा फेरा आला, लक्ष्मी देवी आली. या गरिबाला त्याच्या गरिबीमुळे दिवसभर उपवास घडलाच होता आणि खेळामुळे जागरण

चालूच होते. त्याच्या हातून सहजपणे कोजागिरी व्रताचे पालन झाले होते. लक्ष्मी त्या गरिबावर प्रसन्न झाली. तो गरीब खेळात जिंकू लागला. तो देखणा, उत्साही, राजबिंडा दिसू लागला. राजकन्यांनीही त्याला अमाप संपत्ती दिली. नागकन्यांबरोबर त्याचा विवाह झाला. सर्व संपत्ती आणि नागकन्यांना घेऊन तो घरी आला. तेव्हापासून तो कोजागरीच्या व्रताचे पालन करू लागला अशीही कथा आहे.

कोजागिरी पौर्णिमा म्हणजे जागृतीचा उत्सव, वैभवाचा उत्सव, आनंदाचा उत्सव, उल्हासाचा उत्सव. या दिवशी चंद्र स्वतःच्या १६ व्या कलेने फुललेला असतो. ज्योतिषशास्त्राच्या दृष्टीने त्या दिवशी चंद्र पृथ्वीच्या अधिकाधिक जवळ असतो. संपूर्ण वर्षात त्या दिवसाचा चंद्र सर्वात मोठा वाटतो. कोजागिरी पौणिमेचा चंद्र अधिक आकर्षक वाटतो. चंद्राचा प्रकाश शांत व शीतलही आहे. एवढेच नाही तर तो उपयोगी व उपकारकही आहे. शेतात पडून असलेल्या धान्याला तसेच अनेक प्रकारच्या औषधींच्या गुणांना पुष्ट करण्यात चंद्राचा फार मोठा भाग आहे. भगवान गीतेत सांगतात की,

रसात्मक सोम बनुन मी सर्व औषधींना पुष्ट करतो ।
पुष्णामि चौषधिः सर्वाः सोमी भुत्वा रसात्मकः ॥

यादिवशी सर्वात मोठा मुलगा किंवा मुलगी यांची आश्विनी करतात. सकाळी रांगोळी घालून मुलाला-मुलीला सुवासिक तेल लावून स्नान घालतात. भोजनासाठी गोड पदार्थ करतात. संध्याकाळी देवाला, चंद्राला औक्षण करतात. मुलाला ओवाळतात. 'चंद्राप्रमाणे चांदणे शिंपीत जीवनाची वाटचाल करावी' हा बोध आजच्या दिवसापासून घ्यावा. विशुद्ध मनाने आणि निर्मळ अंतःकरणाने जो या उत्सवाच्या निमित्ताने महाराजांच्या सेवेची वाटचाल करेल, प. पू. गुरूमाऊलींची सेवा करेल तो पूर्णता प्राप्त करू शकेल, असा संदेश आपणा सर्वांना देणारा शरदाचा श्रेष्ठ चंद्र रात्रभर गगनात फिरत असतो. आपण त्याचा तो संदेश पाळला तर किती चांगले होईल.

पौर्णिमेची रात्र, चंद्राची रात्र सर्वांना आनंद देते. अशी एक रात्र म्हणजे आश्विन शुद्ध पौर्णिमा. या रात्री शरदाच्या चांदण्यात जे लोक आनंदात रमत-खेळत जागरण करतात, त्यांच्यावर देवी प्रसन्न होते, असा समज आहे. शरदाचे चांदणे लखलखीत आणि मोहक असते. दिवेलागणीनंतर चंद्राला दुधाचा नैवेद्य दाखविला जातो. नारळ वाढवून धूप, दीप, नैवेद्य यामुळे वातावरण प्रसन्न होते. बहुतेक ठिकाणी या रात्री जागरण केले जाते. लहान चांदण्यात विविध खेळ खेळतात. पुरुषमंडळी पत्ते, सोंगट्या इत्यादी खेळतात, तर स्त्रिया लहानपणची गाणी, गप्पा, विनोद यात रंगून जातात. या वेळी दूध आणि खोबऱ्याचा प्रसाद वाटण्याची पद्धत आहे.

पाककुशल भगिनी दूध आटवितात. त्यात बेताचे केशर, बदाम-काप, चारोळ्या, पिस्ते टाकतात. असे घट्ट आटविलेले पांढरेशुभ्र दूध चांदण्यात ठेवून त्यातून चांदोबाचे दर्शन घेतले जाते. नंतर दुधासह तो प्रसाद सर्वांना दिला जातो.

आपल्या सभोवतालचा निसर्ग हा खूपच देखणा आहे. मोहक आहे. हा निसर्ग म्हणजे

सौंदर्याचे भांडारच आहे. त्या सौंदर्याचे दर्शन घ्या. तुम्ही आनंदी व्हा आणि हा आनंद सर्वांना वाटा. त्यामुळे आपल्या जीवनातील व्यथा-वेदना काही काळ दूर होतील. त्यांची तीव्रता कमी होईल, रसिकता जागी ठेवा. आनंदाचे वाटेकरी व्हा, आनंदयात्री व्हा, हाच संदेश यातून आपल्याला मिळतो.

कार्तिक पौर्णिमा - त्रिपुरारी पौर्णिमा

त्रिपुर या दैत्याने ब्रह्मदेवाची आराधना करून त्यास संतुष्ट करून घेतले. त्या दरम्यान इतर देवांनी त्याच्या आराधनेत विघ्न आणण्यासाठी पुष्कळ खटाटोप केला; परंतु व्यर्थ गेला. इतक्यात ब्रह्मदेव वर देण्यास तयार झाले. तेव्हा त्रिपुराने 'मला अमरत्व प्राप्त व्हावे' असा वर मागितला.

वर मिळाल्यामुळे त्याने सर्व देवांस सतावून सोडले. प्रत्यक्ष भगवान विष्णूंनाही त्रिपुराला प्रतिकार करता आला नाही. शेवटी भगवान शंकरांनी तीन दिवस युद्ध करून कार्तिक शुद्ध पौर्णिमेस त्रिपुरासुराचा वध करून देवांचे गेलेले वैभव परत मिळवून दिले. आपले गेलेले वैभव परत मिळालेले पाहून सर्व देवास आनंदी आनंद झाला व त्यांनी भगवान शंकरांचे आभार, स्तुती म्हणून दीपोत्सव साजरा केला म्हणून याला 'देव दीपावली' असेही म्हणतात.

देवाप्रमाणे आपल्यालाही जीवनातील अनिष्ट निवारण होऊन आपल्या जीवनात आनंदी आनंद निर्माण व्हावा, दिव्यांचा प्रकाश हृदयात पसरावा म्हणून हा दिवस दरवर्षी भगवान शंकराच्या मंदिरात ७५० वाती जाळून, दिवे लावून साजरा करतात. या वाती म्हणजेच त्रिपुराच्या वाती होय. तसेच या दिवशी भगवान शिवाला अभिषेक घालून या वाती जळल्यावर राख म्हणजेच भस्म काहीजण सांबाच्या पिंडीला लावतात, कारण शिवाला भस्म प्रिय आहे.

त्रिपुराच्या या वाती लावणे हे त्रिपुरासुराची प्रतिकात्मक पेटवलेली चिता असते असे गृहीत धरून त्याचे भस्म शिवाला अशा स्वरुपाने लावण्याची ही पद्धत आहे.

कथा

त्रिपुरी पौर्णिमा म्हणजे तीन नगरींची पौर्णिमा. त्रिपुरी पौर्णिमेची गोष्ट म्हणजे ह्या तीन नगरींची कथा आहे आणि गंमत म्हणजे ह्या तीन नगरी म्हणजे जमिनीवर उभी केलेली तीन शहरे नव्हती. पण तसे कशाला, गोष्टच ऐका म्हणजे काय गंमत आहे ती कळेल.

प्रयागक्षेत्री त्रिपुर नावाचा एक दैत्य राहत होता. तो मोठा शक्तिमान होता. त्याने आपल्या पराक्रमाने पुष्कळ संपत्ती मिळवली आणि पृथ्वीचा खूप मोठा भाग जिंकून तो त्याच्यावर राज्य करू लागला. अर्थात हे सारे करताना त्याला शत्रूशी सारखे लढावे लागत होते. त्यामुळे त्याच्या मनात एक भीती उत्पन्न झाली की लढाईत आपण शत्रूकडून मारले गेलो तर? आपण जिंकलेल्या एवढ्या मोठ्या राज्याचे काय होईल? तेव्हा त्याने ठरवले की आपण मृत्यूवर विजय मिळवला पाहिजे. लगेच तो घोर तपश्चर्येला बसला. अखेर त्याच्या तपश्चर्येने परमेश्वर प्रसन्न झाला आणि म्हणाला, "वर माग."

त्रिपुर म्हणाला,

"देवाधिदेवा, मला मृत्यूवर जय मिळवायचा आहे. तेव्हा मला असा वर द्या की मला अपघाताने मरण येऊ नये. तसेच कोणी शत्रूने मला मारू नये. मग तो शत्रू देव, असुर, मनुष्य, स्त्री, बालक, यक्ष, किन्नर कोणी का असेना."

परमेश्वर म्हणाला, "तथास्तु."

हा वर मिळताच मृत्यूचे भय नाहीसे झाले आणि त्रिपुराला वाटेल तसे वागायला मोकळीक मिळाली. त्याने सबंध पृथ्वी तर जिंकून घेतलीच; पण तेवढ्याने त्याचे समाधान झाले नाही. त्याने स्वर्गावर स्वारी केली आणि देवांचे राज्यही जिंकून घेतले. मग पाताळ लोकही ताब्यात घेतला. अशा रीतीने त्रैलोक्याचे राज्य ताब्यात येताच त्याला मोठा गर्व झाला आणि तो वाटेल तसा अन्याय, अनाचार करू लागला. प्रजेला वाटेल तसा छळू लागला. प्रजा अगदी कंटाळून गेली. त्याला राजा त्रिपुर असे न म्हणता त्रिपुरासुर म्हणू लागली. त्याचा द्वेष करू लागली. पण सर्व सत्ताधीश आणि मृत्यूचे भय नसलेल्या त्रिपुरासुराला शिक्षा तरी कोण करणार? एक दिवस काय झाले, की नारदमुनी नेहमीप्रमाणे जगभर हिंडत असताना त्रिपुरासुराकडे आले. सगळीकडे हिंडत असल्यामुळे त्रिपुरासुराचा जुलूम ते पाहत होतेच.

त्रिपुरासुराने नारदमुनींचे स्वागत केले आणि मोठ्या ऐटीत विचारले,

"काय नारदमुनी माझे त्रिलोकावरले राज्य कसे काय वाटले?"

नारदमुनींना वाटले, त्रिपुरासुराची कानउघाडणी करायची ही संधी बरी आहे.

ते म्हणाले, "त्रिपुरा, तिन्ही लोकात तुझे राज्य आहे आणि तू स्वतः असणार एका ठिकाणी. तेव्हा तुला सावध करण्यासाठी सांगतो की तुझी प्रजा तेवढीशी संतुष्ट नाही."

पण नारदमुनींचा हेतू फारसा साध्य झाला नाही. गर्विष्ठ त्रिपुरासुराला आपल्या प्रजेने नाराज असावे ह्याचा थोडा रागच आला. तो म्हणाला,

"असे म्हणता? ठीक आहे तर. मी स्वतःच वरचेवर तिन्ही लोकांत जाऊन काय प्रकार आहे तो बघून येत जाईन."

नारदमुनी हसून म्हणाले, "अरे, पण तू रथातून एका लोकातून दुसऱ्या लोकात पोहोचेपर्यंत इकडे पहिल्या लोकात पुन्हा नाराजी होईल त्याचे काय? त्यापेक्षा तू असे कर ना, स्वर्ग देवांना देऊन टाक आणि पाताळ नागराजांना दे. तुला काय, तुझी सत्ता त्यांनी मानली की झाले."

पण त्रिपुरासुराला हा मार्ग थोडाच पसंत पडणार! त्याने लगेच विश्वकर्म्याला बोलावून घेतले. आजच्या भाषेत सांगायचे म्हणजे विश्वकर्मा हा स्वर्गाचा इंजिनीयर. देवांना हुकूम सोडून आपली सेवा करून घ्यायला त्रिपुरासुराला फार आवडे. एकदा त्याने सूर्याला पृथ्वीच्या जवळ येऊन जास्त प्रकाश देण्याचा हुकूम दिला होता. पण सूर्याने तसे करताच झाडे जळू लागली, नद्या, तळी आटू लागली, तेव्हा त्याला आपली चूक कळली आणि त्याने सूर्याला परत जायला सांगितले. आता त्रिपुरासुराने विश्वकर्म्याला सांगितले,

"मला तिन्ही लोकांत हिंडायचे आहे. तेव्हा माझ्यासाठी तीन वाहने तयार करा. मी त्या वाहनांत राहून माझ्या राज्यात हिंडणार. तेव्हा ती एखाद्या राजमहालासारखी मोठी आणि सगळ्या सुखसोयी असलेली हवीत. एक पुरी सोन्याची, एक चांदीची आणि एक तांब्याची कर. मी ह्या पुरांमध्ये बसून हिंडेन तेव्हा ती सूर्याप्रमाणे लखलखत राहिली पाहिजेत. बघू तुझ्या कलेची परीक्षा."

विश्वकर्म्याने त्याने सांगितल्याप्रमाणे तीन नगरी तयार केल्या. त्रिपुरासुर त्यांत बसून त्रिभुवनात हिंडू लागला. पण आपल्या प्रजेचे दुःख समजून घेऊन ते दूर करण्याऐवजी तो प्रजेला जास्तच त्रास देऊ लागला. नारदमुनींना हे सारे पाहून फार वाईट वाटले. ते देवलोकी जाऊन म्हणाले,

"देवांनो, त्रिपुरासुर प्रजेचा इतका छळ करीत असताना तुम्ही गप्प राहून बघत बसावे हे तुम्हाला शोभते का?"

देव म्हणाले, "नारदा, प्रजेचे हाल पाहून आम्हाला फार वाईट वाटते. पण करणार काय? त्रिपुरासुराच्या शक्तीपुढे आमचे काहीच चालत नाही."

"तरीपण काहीतरी करायला पाहिजे. आपण श्रीविष्णूकडे जाऊ." नारदमुनी म्हणाले.

सारे देव नारदमुनींसह श्रीविष्णूकडे गेले. त्रिपुरासुराला कशी शिक्षा करावी ह्याचा विचार करू लागले. श्रीविष्णू म्हणाले,

"त्रिपुरासुराने अमरत्वाचा वर मिळवला आहे. त्यामुळे आपले त्याच्यापुढे काही चालत नाही. आपण श्रीशंकरांकडे जाऊया. ते कदाचित काही उपाय सुचवतील." सारेजण श्रीशंकरांकडे गेले. पुन्हा विचार सुरू झाला. नारदमुनी म्हणाले,

"अमरत्वाचा म्हणजे नक्की कसला वर मिळवला आहे त्रिपुरासुराने?"

"त्याला अपघाताने मृत्यू नाही. तसेच कोणीही शत्रू त्याला मारू शकणार नाही. असा वर आहे." देवांनी सांगितले.

नारदमुनी आनंदाने म्हणाले, "सापडली युक्ती."

मग श्रीशंकरांपुढे हात जोडून ते म्हणाले,

"देवाधिदेवा, त्रिपुरासुर साऱ्या जगाला छळतो आहे. देव मदतीसाठी आपल्या पायाशी आले आहेत. तेव्हा आपण आता त्रिपुरासुराचा वध करायला हवा. बरे, आपण काही त्रिपुरासुराचे शत्रू नाही. तेव्हा त्याचे अमरत्व आपल्यापुढे टिकणार नाही. आपण तर त्याला एकदा वरसुद्धा दिला होता. खरे ना?" हे भाषण ऐकून देव खूश झाले. श्रीशंकरही मान

डोलावून म्हणाले,

"खरे आहे. मी काही त्याचा शत्रू नाही. मी एकदा त्याच्या पराक्रमावर प्रसन्न होऊन त्याला कैलास पर्वत देऊन टाकला होता."

झाले, ठरले! श्रीशंकर स्वतः त्रिपुरासुराशी युद्ध करायला निघाले. ही बातमी कळताच त्रिपुरासुर मोठ्या ऐटीत म्हणाला,

"शंकरांना माझ्याकडून फजिती करून घेण्याची हौस वाटतेय असे दिसते. या म्हणावे. बघा माझा पराक्रम."

युद्ध सुरू झाले. त्रिपुरासुर आपल्या सुवर्णपुरीत बसून निघाला. श्रीशंकरांनी आपले धनुष्य सज्ज केले आणि एक सूर्यासारखा तेजस्वी बाण सोडला तो सरळ सुवर्णपुरीवर. सुवर्णपुरी जळून राख झाली. त्रिपुरासुर चटकन चांदीच्या पुरीत शिरला. पण पाठोपाठ दुसरा बाण आला तो चांदीच्या पुरीला भेदून गेला. तीच गत तांब्याच्या पुरीची झाली आणि त्याच बाणाने त्रिपुरासुराचा वध केला.

तिन्ही लोकांत आनंदीआनंद झाला. दुष्ट त्रिपुरासुराच्या त्रासातून मुक्त झालेले लोक आनंदाने श्रीशंकरांची स्तुती स्तोत्रे गाऊ लागले. त्यांनी जिकडे तिकडे दिवे लावले आणि आपला आनंद प्रकट केला.

त्रिपुरासुराचा वध झाला तो दिवस कार्तिक पौर्णिमेचा होता. तेव्हापासून लोक ह्या पौर्णिमेला त्रिपुरी पौर्णिमा म्हणू लागले. ह्या पौर्णिमेला लोक शंकरांच्या देवळांतून दीपोत्सव साजरा करतात. भाविक स्त्री-पुरुष कापसाच्या धाग्याच्या तीन लांब आणि जाड वाती करून त्या शंकरासमोर त्रिपुराचे प्रतीक म्हणून लावतात.

मार्गशीर्ष पौर्णिमा - दत्त जयंती

मार्गशीर्ष पौर्णिमेचा दिवस आपल्या देशामध्ये दत्त जयंतीचा दिवस म्हणून साजरा केला जातो. सर्वांना एकत्र आणणाऱ्या अनेकांना जोडणाऱ्या दत्तात्रेयाचा हा जन्मदिवस, अत्री ऋषींस अनसूयेपासून एकूण दहा पुत्र झाले, त्यातील दत्त हा एक होय.

अत्री ऋषींनी त्र्यक्षकुल पर्वतावर तप केले. त्यांच्या घोर तपाने मस्तकातून ज्वाला निघू लागल्या व त्या ज्वालांमुळे त्रैलोक्याचा दाह होऊ लागला. त्या वेळी सर्व देवांच्या आग्रहावरून ब्रह्मा, विष्णू, महेश यांच्या अंशांनी दत्तात्रेयांचा अवतार झाला असे म्हणतात. या अवताराचा मुख्य गुण म्हणजे क्षमा. त्याने यज्ञक्रियांसहित वेदांचे पुनरुज्जीवन करून चातुर्वर्ण्याची पुनर्घटना केली. त्यामुळेच या अवताराला अविनाशी समजण्यात आले आहे.

अवतारही उदंड होती । सर्वचि मागुती विलया जाती ।
तैशी नव्हे दत्तात्रेयमूर्ती । नाश कल्पांती असेना ।।

असा त्यांचा, पंडित कवी श्रीधर यांनी गौरव केला आहे.

महाराष्ट्रात पूर्वी दत्त नावाचा एक महापुरुष होऊन गेला. महानुभाव पंथाने दत्तास, आपल्या पंथास दत्त आदिकारण ठरल्याचा उल्लेख केला आहे. पण त्या पंथाने मानलेला दत्त हा माणसाप्रमाणे एका तोंडाचा, दोन हातांचा आहे. १४ व्या शतकात दत्त संप्रदायाचे पंथीय स्वरूप पुढे आले. त्या वेळी श्रीपाद श्रीवल्लभ आणि नृसिंह सरस्वतींच्या प्रयत्नांतून 'तीन शिरे कर सहा शोभती' अशी मूर्ती सिद्ध झाली. मूळचा दत्त असा दत्तात्रेय झाला.

महाराष्ट्रामध्ये दत्तोपासनेस पंथाचे स्वरूप देण्यात, हे दैवत लोकप्रिय करण्यात नृसिंह सरस्वतींचा मोठा वाटा आहे. त्यांनी एका परंपरेची सुरुवात केली. त्यांच्या पवित्र वास्तव्यातूनच श्रीक्षेत्र नरसोबाची वाडी प्रसिद्ध झाली.

दत्त संप्रदाय हा गुरुमार्ग आहे. परंपरेने चालत आलेल्या दत्तोपासनेतूनच हा गुरुमार्ग सिद्ध झाला. मध्ययुगात यावनी आक्रमणाच्या काळात मूर्तिभंजन झाले, अशा वेळी मूर्तीऐवजी

पादुकांची पूजा सुरू झाली. वैदिक धर्मातील अद्वैती तत्त्वज्ञानाची पार्श्वभूमी या पंथाला लाभली आहे.

गुरुमाहात्म्य सांगणारा, या उपासनामार्गाचे विवरण करणारा या पंथातील प्रमुख ग्रंथ 'गुरुचरित्र' हा सर्वत्र वाचला जातो. त्याची पारायणे केली जातात. सरस्वती गंगाधर यांनी त्याची रचना केली. त्यांना श्रीपाद श्रीवल्लभ आणि नृसिंह सरस्वती हे महापुरुष गुरुस्थानी होते. तेच त्यांना दत्तावतारी वाटले. याच श्रद्धेतून दत्तोपासनेला संप्रदायाचे रूप मिळाले. ब्रह्मा, विष्णू आणि महेश यांचा समन्वय दाखविणारी श्री दत्तात्रेयाची मूर्ती आज सर्वत्र आहे. शिव आणि विष्णूचे भक्त या प्रांतात एकत्र आले. त्यातूनच हे घडले. जनार्दनस्वामी, संत एकनाथ दासोपंत, माणिकप्रभू इत्यादी विचारवंतांनी या पंथाला संघटित रूप आणले आहे.

माहूर (मातापूर), औदुंबर, कारंजे, नरसोबाची वाडी, गाणगापूर (देवल) तसेच अक्कलकोट (बुद्धिग्राम) ही या पंथाची तीर्थक्षेत्रे प्रसिद्ध आहेत. 'पूर्ण ब्रह्म मुसावले ते हे दत्तात्रेयरूप ओतिले' अशी धारणा आहे.

दत्तपंथीय गुरुचरित्र, औदुंबर वृक्ष आणि त्रिमूर्ती दत्त यांची उपासना करून गुरुवारी दत्ताची पूजाअर्चा करतात.

माळा दंड, करी कमंडलु जटेचा मस्तकी टोप तो ।
ब्रह्मांडांतरि जो फिरेचि लपतो, भक्तीस आटोपतो ।
भक्तीची दृढ चित्ती प्राप्ति करिता युक्ति मला साधेना ।
स्वामी दत्त दयाघना, अवधूता श्रीअत्रिच्या नंदना ।

हिंदू आणि मुस्लिम यांच्यामध्ये एकता स्थापन करण्याचा एक व्यापक प्रयत्न या पंथाने केला. संत एकनाथांचे गुरू जनार्दनस्वामी, जनार्दनस्वामींचे गुरू चांद बोधले. त्यांचे एक शिष्य शेख महंमद यासारखे परमार्थातील अधिकारी त्या काळी झाले. शेख महंमदाने भक्तियोगाचे महत्त्व सांगण्यासाठी त्या काळात मराठी भाषेत रचना केली आहे. समन्वयाची दृष्टी ठेवून उदयास आलेला एक पंथ आणि त्या पंथाचे दैवत म्हणून या पंथाचे स्थान महत्त्वाचे आहे.

दत्त हे दैवत सनातन आहे. पण त्याला १४ व्या शतकापासून संप्रदायाचे स्वरूप लाभले. महाराष्ट्राच्या सांस्कृतिक जडणघडणीत या पंथाचा वाटा मोठा आहे. समावेशकता हा वैदिक संस्कृतीचा गुण जागविणारा हा पंथ आहे. भक्तिपरंपरेचीच ही एक धारा आहे. या दृष्टीने दत्तात्रेय आणि त्यांची उपासना यांचे महत्त्व आहे.

मार्गशीर्ष पौर्णिमेला दत्त जयंती असते. दत्तात्रेयाचा जन्म संध्याकाळी झाला. रस्त्याने जातांना देवळातून कीर्तन भजनाचे गजर कानावर पडतात आणि एकदम लक्षात येते, 'अरे, आज दत्त जयंती.'

श्री दत्तात्रेय हे दैवत फार लोकप्रिय आहे. पाठीमागे गाय आणि शेजारी कुत्रा असा हा नेहमी हिंडत राहणारा देव आहे. नरसोबाची वाडी, गाणगापूर, औदुंबर वगैरे ठिकाणी दत्ताची प्रसिद्ध देवळे आहेत आणि तिथे बारा महिने भक्तांची गर्दी असते.

श्री दत्तात्रेयाच्या जन्माची कथाही फार अद्भुत आहे. मनोरंजक आहे.

कथा

नारदमुनी हे विष्णूचे भक्त. नेहमी तोंडाने 'नारायण, नारायण' असा जप करीत ते त्रिभुवनात संचार करीत असतात. एकीकडल्या बातम्या दुसरीकडे पोहोचवतात आणि जाता जाता थोडी भांडणेही लावून देतात. असेच एक दिवस ते वैकुंठात गेले. तेथे देवी पार्वती आणि देवी सावित्री लक्ष्मीदेवींना भेटायला आलेल्या होत्या. तिघीजणी गप्पागोष्टी करीत बसल्या होत्या. लक्ष्मीदेवींनी नारदमुनींचे स्वागत करीत म्हटले,

"यावे नारदमुनी, आज स्वारी इकडे कुणीकडे?"

नारदमुनी तिघी देवींना नमस्कार करीत म्हणाले, "माझे भाग्य मोठे म्हणून तीनही देवींचे एकदम दर्शन झाले."

मग पुन्हा गप्पागोष्टी सुरू झाल्या. लक्ष्मीदेवींनी सहज विचारले,

"काय नारदमुनी, पृथ्वीवरली काय खबर?"

नारदमुनींना कळ लावणारे म्हणजे भांडणे लावून देणारे म्हणतात. आता त्यांनी कळ लावायची संधी साधली. ते म्हणाले,

"आहे तर, फार मोठी खबर आहे. मी आताच पृथ्वीवरून अत्रिऋषींच्या आश्रमातून आलो. तेथे अनसूया मातोश्री भेटल्या. ओहोहो, काय तपाचे आणि पतिव्रत्याचे तेज आहे त्यांच्या चेहऱ्यावर! असे तेज कधी पाहिले नाही." नारदमुनी निघून गेले. पण त्या तीन देवींच्या मनात मात्र मत्सर उत्पन्न करून गेले. विष्णू, महेश आणि ब्रह्मदेव ह्या आपल्या नवऱ्यांना लक्ष्मी, पार्वती आणि सावित्री ह्यांनी ऐकलेली गोष्ट सांगितली. म्हणाल्या,

"नारदमुनी अत्रिऋषींची बायको अनसूया ह्यांची खूप स्तुती करीत होते आज. मोठी पतिव्रता आहे म्हणे ती!"

तीनही देव आदराने म्हणाले,

"हो तर! अत्रिऋषींना सप्तर्षीतले एक मानतात आणि त्यांची बायको अनसूया अगदी त्यांना शोभेल अशीच आहे. आपल्या पतीच्या तपस्येला हातभार लावणारी खरी पतिव्रता आहे ती."

पण आपल्या बायका अनसूयेची स्तुती, कौतुक म्हणून सांगत नव्हत्या, हे त्या देवांना कळले नाही. आता तिघी चांगल्याच रागावल्या. म्हणाल्या,

"बरेच आहेत की नारदमुनी. अनसूया मोठी प्रतिव्रता आणि मग आम्ही? आम्ही नाही का पतिव्रता? ते काही नाही. तुम्ही तिघांनी जाऊन तिची कठीण परीक्षा घेतली पाहिजे आणि तिची ऐट उतरवून टाकली पाहिजे."

विष्णू, शंकर आणि ब्रह्मदेव यांचे आपल्या बायकांच्या हट्टापुढे काही चालेना. त्यांनी मुकाट्याने बैराग्याचे वेश धारण कले आणि सती अनसूयेच्या पातिव्रत्याची परीक्षा पाहण्यासाठी पृथ्वीवर आले.

सकाळची वेळ होती. अनसूया स्वयंपाक करीत होती. तेवढ्यात विष्णू, शंकर आणि ब्रह्मदेव बैराग्याच्या वेशात तिच्या दारापुढे आले. म्हणाले, "माई, भिक्षा वाढा."

गृहस्थाश्रमाचे एक कर्तव्य असे असते, की पाहुणा आपल्या दारातून रिकाम्या हाताने

जाता कामा नये. अनसूया लगबगीने भांड्यात तांदूळ घेऊन बाहेर आली आणि हात जोडून म्हणाली, "भिक्षा घ्यावी महाराज."

तिच्या पवित्र, तेजस्वी दर्शनाने बैरागी दिपून गेले. आपण अशा साध्वीची परीक्षा घ्यायला आलो ह्याचे त्यांना वाईटही वाटले. पण काय करणार? ठरले होते तसे करायला हवे होते. एक बैरागी म्हणाला, "माई, कोरडी भिक्षा नको. जेवण हवे आहे."

अनसूया नम्रपणे म्हणाली,

"महाराज, स्वयंपाक होत आला आहे. आपण बसावे. मी जेवायला वाढते."

"छे छे." दुसरा बैरागी म्हणाला, "असा स्वयंपाक आम्हाला चालणार नाही. आमचे सोवळे फार कडक आहे."

अनसूया आश्चर्याने म्हणाली, "हा भगवान अत्रिंचा आश्रम आहे. इथला स्वयंपाक रोज सोवळ्याचाच असतो."

"तरीपण आम्हाला चालणार नाही." तिसरा बैरागी म्हणाला, "वस्त्राचा स्पर्श आम्हाला चालत नाही. वस्त्राशिवाय अंगावर कपडा न ठेवता स्वयंपाक करून आम्हाला वाढावे लागेल.

"पटत नसेल तर आम्ही निघालो." बैरागी म्हणाला. "दुसऱ्या घरी." दुसरा म्हणाला.

बिचारी अनसूया काळजीत पडली. पण आपल्या दारातून बैराग्यांना उपाशी जाऊ देणे तिला बरे वाटेना. मोठ्या कष्टाने ती म्हणाली,

"छे छे महाराज. तसे कसे होईल? आपण बसा. मी आपल्या अटींनुसार स्वयंपाक करून वाढते."

अनसूया आत निघून गेली. तिन्ही देवांनी सुटकेचे निश्वास टाकले. आता लढाई जिंकल्यासारखीच होती. वस्त्राशिवाय अनसूया घरात स्वयंपाक करू शकेल; पण परक्या पुरुषांना वाढायला ती कशी येणार होती?

अनसूया चिंतेत पडली होती. आपल्या पतीचे स्मरण करून तिने आपल्या कर्तव्याची पुन्हा एकदा आठवण केली आणि अंगावरले वस्त्र दूर करून कामाला लागली. मनात सारखी ती साऱ्या पवित्र दैवी शक्तींचा धावा करीत होती. त्यांना म्हणत होती, "माझी लाज राखा. माझे रक्षण करा."

स्वयंपाक तयार झाला. अनसूयेने तीन पाट मांडले. तीन ताटे वाढली आणि दाराआडून म्हटले, "महाराज, पाने वाढली आहेत. जेवायला चलावे."

तीन बैरागी येऊन पानावर बसल्याची चाहूल लागली आणि वाढण्यासाठी भांडे हातात घेऊन अनसूयेने मनोमन शेवटची प्रार्थना केली आणि बाहेर पाऊल टाकले.

पण हे काय? दाढीमिशांचे जंगल असलेले, भगवी कफनी घातलेले ते तीन बैरागी कुठे गेले? त्यांच्याऐवजी तीन लहानगी बाळे या ठिकाणी मुठी चोखीत पडली होती.

ती गोजिरवाणी बाळे पाहून अनसूयेच्या पोटात माया उत्पन्न झाली. तिने चटकन थोडे दूध गरम केले आणि वाटी-चमच्याने त्या तीन बाळांना पाजले. एक बाजूला आपल्या पातळाचे मऊ अंथरूण करून तिने त्या तीन बाळांना निजवले. मग पुन्हा वस्त्रे अंगावर घालून अत्रिऋषींची

वाट पाहत बसली.

थोड्याच वेळात अत्रिऋषी आले. कोपऱ्यात निजलेली तीन बाळे पाहून ते चकित झाले. अनसूयेने सारी हकीगत त्यांना सांगितली. तेव्हा जरा विचार करून ते म्हणाले,

"अनसूये कोणी बैरागी असली विचित्र मागणी करणार नाही. मला वाटते देवच तुझी परीक्षा पाहायला आले होते. तू त्या परीक्षेत उत्तीर्ण झालीस. तुझ्या तेजापुढे देव बालस्वरूप झाले. आता देवाची देणगी म्हणून ही तीन बालके तू सांभाळ."

अनसूयेने मग त्या बाळांसाठी पाळणा, झबली, दुपटी अशी तयार केली. त्यांना न्हाऊ माखू घालून, दूध पाजून त्यांना खेळवण्यात, निजवण्यात तिला फार सुख वाटू लागले. पण तिकडे स्वर्ग लोकात मात्र गोंधळ उडाला. विष्णू, शंकर आणि ब्रह्मदेव जे बैरागी बनून गेले ते गेलेच. त्यांच्या बायका वाट पाहून दमल्या. कोणाला विचारावे, काय करावे, आपल्या नवऱ्यांना कसे शोधावे तेच त्यांना कळेना. शेवटी एक दिवस नारदमुनी त्यांच्या मदतीला धावून आले. त्यांनी घडलेली सारी हकीकत त्यांना सांगितली.

तिघी देवी चिंतेत पडल्या. आपले पती बाळे होऊन अनसूयेच्या घरी आहेत हे कळले; पण आता ते परत कसे मिळणार? नारदमुनी वरवर गंभीरपणे, पण मनातल्या मनात हसत म्हणाले,

"उपाय एकच आहे. तुम्ही तिघींनी जाऊन सती अनसूयेला भेटायला हवे. तिला शरण जा. तिघे देव तिची परीक्षा पाहायला गेले आणि तिच्या पातिव्रत्याच्या प्रभावाने बालके होऊन तिच्या घरी अडकून पडले. आता तीच केवळ त्यांना त्यांचे पहिले रूप देऊ शकेल. ते सुद्धा तिची इच्छा असेल तर. कारण देवांच्या विचित्र अटी तिला राग येण्याजोग्याच होत्या."

बिचाऱ्या लक्ष्मी, पार्वती आणि सावित्री अनसूयाची फजिती करायला गेल्या आणि त्या तिघींचीच फजिती झाली. आता अनसूयेला शरण जायचे म्हणजे ती श्रेष्ठ आहे हे कबूल करायचे. पण दुसरा उपायच नव्हता.

तिघी देवींनी आपले मुकुट आणि दागदागिने उतरवून ठेवले आणि साध्या पोशाखात अनसूयेकडे गेल्या. बरोबर नारदमुनी होतेच. आपल्या आश्रमात तिघी देवी आलेल्या पाहून अत्रिऋषी आणि सती अनसूया दोघांनाही फार आनंद झाला. त्यांनी तिघींचे स्वागत केले. त्यांना बसवून घेतले. दूध आणि फळे देऊन त्यांचे आदरातिथ्य केले. पण देवींचे चेहेरे उतरलेलेच होते. शेवटी नारदमुनींनी सारी हकीकत सांगितली. आपल्या घरी असलेली तीन बाळे म्हणजे ब्रह्मा-विष्णू-महेश आहेत हे कळल्यावर अनसूयेला फार आनंद झाला. बाळे पाळण्यात झोपली होती. त्यांना पाहण्यासाठी ती कौतुकाने तिघी देवींना आत बोलावू लागली.

तेव्हा त्या तिघी म्हणाल्या,

"सती अनसूये, लहान बाळ झालेले आमचे पती पाहून आम्ही काय करणार? आम्ही तुला विनंती करायला आलो आहोत की आमच्या पतींना त्यांचे मूळ स्वरूप देऊन आमच्यावरले संकट दूर करा."

ही विनंती ऐकून अनसूया खिन्न झाली. तीन बाळांमुळे आनंदित झालेले आपले घर त्यांच्यावाचून पुन्हा उजाड होणार ही कल्पनाच तिला सहन होईना. पण अत्रिऋषींनी तिची

समजूत काढली. तेव्हा तिने त्या तीन बालकांच्या पाळण्यांजवळ जाऊन म्हटले,

"देवांनो, आपण बालके होऊन माझे सत्त्व राखलेत. मला आईपणाचा आनंद दिलात; पण आता जगाच्या हितासाठी पुन्हा आपले मूळ रूप धारण करा."

तिच्या शब्दासरशी तिन्ही बाळे पुन्हा ब्रह्मदेव, शंकर आणि विष्णू ह्या आपल्या मूळ रूपात प्रकट झाली. अत्रिऋषी आणि अनसूयेने त्यांची पूजा केली. तेव्हा त्यांनी अनसूयेला आशीर्वाद दिला, की असेच तीन पुत्र तिच्या पोटी जन्म घेतील आणि तिला मातृत्वाचा आनंद देतील.

त्याप्रमाणे अनसूयेला पुढे तीन पुत्र झाले. त्यांची नावे सोम, दत्त आणि दुर्वास अशी ठेवली. ह्यापैकी सोम पुढे चंद्र मंडळात गेला. दुर्वास तपश्चर्या करायला निघून गेला आणि दत्त अत्रि ऋषींजवळ राहिला. देवांनी दिलेला म्हणून 'दत्त' आणि अत्रिचा मुलगा म्हणून 'अत्रेय.' अशा रीतीने त्याचे नाव दत्तात्रेय असे पडले.

ह्या तीन मुलांच्या जन्मकथेमुळे ते तिघे म्हणजे ब्रह्मा, विष्णू, महेश ह्यांची एकत्रित मूर्ती आहे असे मानून लोक दत्तात्रेयाचे रूप तीन डोकी व सहा हात असे मानतात आणि त्या रूपात त्याला भजतात. गुरुवार हा दत्ताचा वार मानला जातो व मार्गशीर्ष पौर्णिमेला देवळातून आणि घरातून दत्तजन्म साजरा केला जातो.

सती अनसूयेसारख्या तपस्वी स्त्रीच्या तेजापुढे देवांनाही नमावे लागले हे ह्या कथेतून समजून घेण्याजोगे आहे.

मार्गशीर्ष पौर्णिमा, दत्तजयंती

देवांच्या जयंत्या, संतांच्या पुण्यतिथ्या साजऱ्या करणे हाच आपला कुलाचार आहे. आजकाल मुलांचे वाढदिवस फार मोठ्या धुमधडाक्याने साजरे केले जातात. अशी स्वतः भोवती आरती करून घेण्याने काहीच साध्य होत नाही. हजारो वर्षांपासून पिढ्यान् पिढ्या दत्तजयंती साजरी होत आहे का?

ज्यांना ह्या 'का' चा शोध घेता आला, त्यांना मुलांच्या वाढदिवसाचा फोलपणा लक्षात येतोच. दरवर्षी दत्तजन्म झाला की, आम्ही एकवर्षाने मोठे होतो, हीच भावना पुरेशी आहे. त्यासाठी दत्तजन्म मात्र साजरा करायला हवा. आजच्या दिनी अहंकार ह्या दुर्गुणाचा पराभव झाला. कोणी केला पराभव? तर एका सद्गुणाने, पातिव्रत्य त्याचे नाव. अत्रि ऋषी, सप्तऋषींपैकी एक. अत्यंत महान तपस्वी. फारच थोड्या ऋषींच्या सहधर्मचारिणी तोडीच्या होत्या. अनसूया त्यापैकी एक. अनसूया महान पतिव्रता होती. नवऱ्याप्रती प्रेम, निष्ठा असणे निराळे. पातिव्रत्याची कसोटी वरच्या दर्जाची. अनसूयेचा हा गुण नारमुनींच्या मनावर नोंदला गेला. त्यामुळे नारदमुनींनी ब्रह्मा, विष्णू आणि महेश यांच्या पत्नींसमोर अनसूयेची केलेली स्तुती, देवांनी अनसूयेची घेतलेली परीक्षा ही संपूर्ण दत्तजन्माची कथा आपण पाहिली.

गुरु परंपरेतील सर्वोच्च उपास्य देवता म्हणजे दत्त. असे असले तरी ते लहानात लहान शिष्य आहेत. ज्यांच्याकडून जे शिकायला मिळते ते घ्यायचे आणि त्याला गुरु म्हणून संबोधायचे असे दत्तप्रभूंचे आचरण होते. दत्तप्रभूंच्या २४ गुरुंची नावे सांगितली जातात. एवढे गुरु अन्य कुणी

केले असल्याचा उल्लेख नाही.

मार्गशीर्ष पौर्णिमेला सायंकाळी ६ वाजता दत्तजन्म साजरा करण्याची प्रथा आहे. पाळणा सजवून, त्यामध्ये दत्तमूर्ती अथवा पूर्ण नारळ, त्यावर बाळलेणे-वस्त्र घालून, दत्तजन्म साजरा केला जातो.

ज्ञान, भक्ती आणि वैराग्याचे मूर्तिमंत प्रतीक म्हणजे श्रीदत्तात्रेय.

परमात्म्याचे उत्पत्ती-स्थिती-लय हे स्वरूप दत्त या देवतेत पाहायला मिळते. या दैवतेला केवळ दत्तसंप्रदायिकच नव्हे तर स्मार्त, वैष्णव हेही मानतात आणि दत्तजयंती साजरी करतात.

पौष पौर्णिमा - शाकंभरी पौर्णिमा

पौष महिन्याला भाकड महिना म्हणतात. कारण वर्षाचे बाकीचे अकरा महिने सणांनी भरगच्च भरलेले असतात. पौष महिन्यात मात्र संक्रांतीखेरीज दुसरे सण नाहीत. संक्रांत हा सण भौगोलिक महत्त्वाचा आहे. कारण ह्या महिन्यात संक्रातीला सूर्य मकर राशीत प्रवेश करतो. हिवाळ्यात लहान झालेले दिवस संक्रांतीपासून दरदिवशी तिळातिळाने मोठे होत जातात.

चैत्रात जसा वसंतोत्सव साजरा होतो आणि जिकडे तिकडे फुले फुलतात तसा हेमंत ऋतुतील ह्या दुसऱ्या महिन्यात फळभाज्यांना आणि पालेभाज्यांना बहर येतो. पौषी पौणिमेला शाकंभरी पौर्णिमा म्हणतात आणि ह्या सुमाराला भाज्यांची लयलूट असते. ही लयलूट शाकांबरी अगर शाकंभरी ह्या देवीच्या कृपेने होते.

शाकंभरी देवीबद्दलची एक कथा आहे.

कथा

फार फार वर्षांपूर्वी एकदा देशभर भयंकर दुष्काळ पडला. गोष्टीत सांगितले आहे की शंभर वर्षे पाऊसच पडला नाही. ही अतिशयोक्ती असेल; पण बरीच वर्षे पाऊस पडला नाही हे खरे. त्यामुळे जमीन कोरडी पडून तिला भेगा पडल्या. शेतात पेरलेली पिके करपून गेली. नद्या, तळी सुकून पाणी मिळेनासे झाले. झाडे वाळून गेली. गवत न उगवल्याने गुरे उपाशी मरू लागली. साठवलेले धान्य केव्हाच संपून गेले आणि माणसे उपाशी मरू लागली. मोठा कठीण काळ आला. ऋषी म्हणजे ज्ञानी माणसे. म्हणून सारे लोक ऋषींना शरण जाऊन ह्या संकटातून सुटण्याचा मार्ग दाखवा म्हणून त्यांना विनवू लागले.

ऋषी म्हणाले, “लोकहो, माता पार्वतीला अन्नपूर्णा असे नाव आहे. तिला आपण शरण जाऊ. ह्या संकटातून तीच आपल्याला वाचवील.”

लोक ऋषींबरोबर पार्वतीचा धावा करू लागले. त्यांच्या प्रार्थनेने पार्वती प्रसन्न झाली.

म्हणाली,

"दरवर्षी पाऊस आला की मी पृथ्वीवर शेताशेतातून माझी कृपादृष्टी टाकीत फिरते. त्याबरोबर पिके जोराने वाढतात. पण यंदा वरुण देवाने पर्जन्यराजालाच कोंडून ठेवलेले दिसते आहे."

ऋषी म्हणाले, "देवी, धान्यावाचून लोक उपाशी मरत आहेत. आता तूच त्यांना वाचव."

देवीने एकदम एक नवेच रूप धारण केले. हिरवी पाने, फळे यांचा साज तिने धारण केला. फार दिवसात नजरेस न पडलेला तो हिरवागार रंग पाहून लोकांचे डोळे निवले.

देवी म्हणाली,

"आता मी शेताशेतातून फिरते. धान्य उगवायला भरपूर पाणी हवे. ते तुमच्याकडे नाही. पण तुम्ही आता भाज्या लावा. जमिनीत थोडा ओलावा असेल, तेथे भाज्या उगवतील. माझ्या आशीर्वादाने ह्या फळभाज्या, पालेभाज्या तुम्हाला उपासमारीतून वाचवतील."

लोकांनी देवीला नमस्कार केला आणि ते कामाला लागले. नद्यांच्या पात्रात, तळ्यांजवळ जिथे जिथे ओलावा होता तिथे त्यांनी भाज्या पिकवल्या. त्या हिरव्यागार, जीवनसत्त्वयुक्त भाज्यांनी पाऊस येईपर्यंत त्यांचा जीव वाचवला. लोकांनी आनंदाने देवीचे देऊळ बांधले. त्यात देवीची मूर्ती स्थापन केली. हिरव्या फळभाज्यांनी आणि पालेभाज्यांनी तिला सजवली तिची पूजा करून भाज्यांचाच नैवेद्य दाखवला. तिचे नाव ठेवले शाकंभरी देवी.

संकटकाळ टळला, लवकरच पाऊस आला. पुन्हा शेते पिकांनी डोलू लागली. धान्य पिकले. पण लोक देवीचे सांगणे विसरले नाहीत. ते भाज्याही पिकवू लागले. धान्याच्या जोडीला भाज्याही खाऊ लागले. पुन्हा पौष पौर्णिमा आली, तेव्हा घरोघर धान्य भरपूर होते; पण लोक देवीला विसरले नाहीत. त्यांनी पौर्णिमेला देवीला भाज्यांनी सजवून तिची पूजा बांधली. भाज्यांचा नैवेद्य तिला दाखवला आणि तिचा प्रसाद म्हणून तो खाल्ला. शाकंभरी देवीच्या कृपेने त्यांचे जीवही वाचले आणि जेवणात भाज्या खाऊ लागल्यामुळे त्यांचे आरोग्यही सुधारले.

पौष पौर्णिमा हा माघ स्नानाला सुरुवात करण्याचाही दिवस झाला. उत्तर हिंदुस्थानात महिना पौर्णिमेला बदलतो. आपल्यासारखा अमावास्येला नाही. तेव्हा पौष पौर्णिमा झाली की माघ महिना सुरू होतो. थंडीच्या दिवसात पहाटे लवकर उठून नदीवर जाऊन स्नान करणे मजेचेही असते आणि प्रकृतीलाही चांगले. प्रयागला तर लोक महिनाभर झोपड्या बांधून नदीकाठीच राहतात. रोज पहाटे गंगेत स्नान करून श्रीशंकराची पूजा करतात. महिनाभर असे स्नान करून माघ पौर्णिमेला स्नानाची समाप्ती होते.

माघ पौर्णिमा - संत रोहिदास जयंती, विश्वकर्मा जयंती

माघी पौर्णिमेला माघस्नान समाप्ती होते म्हणून या दिवसाला धार्मिक महत्त्व आहे. हे स्नान पौष पौर्णिमेपासून सुरू होते. समाप्तीच्या दिवशी पूजा, दानधर्म वगैरे करतात. समाप्तीचे स्नान एखाद्या तीर्थात केले तर फार उत्तम. या भावनेने कुंभकोणमच्या महासरोवरात भाविक लोक स्नान करण्यासाठी लांबून जातात. माघी पौर्णिमेच्या दिवशी गंगा, यमुना वगैरे नऊ पवित्र नद्या या सरोवरात प्रवेश करतात असे भाविक लोक मानतात. माघी पौर्णिमेला विष्णूची पूजा करतात. काही लोक लक्ष्मीचे प्रतीक म्हणून दिव्याची पूजा करतात. श्रीमंत्र जपतात.

माघ पौर्णिमेला संत रोहिदासांचा जन्म झाला. त्यांच्या आयुष्याची कथा ऐकण्यासारखी आहे.

कथा

रोहिदास ह्यांचा जन्म चांभार जातीत झाला. त्यांच्या वडिलांचे नाव राहू आणि आईचे नाव करमाई असे होते. रविवारी जन्मले म्हणून त्यांना कुणी रविदास असे म्हणतात. उत्तरेकडे त्यांना रायदास असेही म्हणतात.

त्यांच्या जन्माच्या नक्की तारखेबद्दल वाद आहे. पण पंधराव्या शतकात ते होऊन गेले. त्या काळात एकतर शिक्षणाचा प्रसार कमी. त्यातून चर्मकार जातीत जन्मलेल्या मुलाला कुठले शिक्षण मिळणार? त्या काळी देवळात चालू असणारी प्रवचने, कीर्तने, भजने हाही ज्ञान मिळण्याचा मार्ग होता; पण अस्पृश्य जातीतल्या माणसाला देवळात प्रवेश करण्याची परवानगी नव्हती. एकूण काय रोहिदासांना शिक्षण मिळायची आशा नव्हतीच. पण ते स्वस्थ बसले नाहीत. देवळात प्रवेश करायला मिळाला नाही तरी ते देवळाच्या बाहेर बसत. देवळात चाललेली कीर्तने, प्रवचने लक्षपूर्वक ऐकत, त्यावर विचार करीत. असे करता करता रोहिदासांनी खूप ज्ञान मिळवले. त्यांना भक्तीमार्गाची गोडी लागली. ते देवाची भक्ती करू लागले.

त्यांना धर्माचे इतके ज्ञान होते की मोठमोठ्या विद्वानांना त्यांनी वादात जिंकले. एक चांभाराचा मुलगा इतका चांगला वाद करतो, हे ब्राह्मणांना आवडेना. ते रोहिदासांची फजिती करण्यासाठी त्यांना सभेत बोलावून नेत; पण रोहिदास मोठमोठ्या पंडितांना हरवून त्यांचीच फजिती करीत. भक्तराज

कबीरांनासुद्धा त्यांनी वादात हरवले. पण शेवटी एका सभेत गुरू शंकराचार्यांबरोबर वाद झाला आणि त्यात मात्र संत रोहिदास हरले. पण ज्ञानीच ते. आपण का हरलो ते त्यांना समजले. ते म्हणाले,

"जोपर्यंत गुरू मिळत नाही तोपर्यंत माणसाला पूर्ण ज्ञान मिळत नाही." ते सल्ल्याकरिता संत कबीरांकडे गेले. त्यांना विनंती करून म्हणाले, "मला मार्ग दाखवा."

संत कबीरांनी त्यांना संत रामानंदांकडे जाऊन त्यांचे शिष्य होण्यास सांगितले. तेव्हा संत रोहिदास संत रामानंदांकडे गेले. त्यांचे शिष्यत्व पत्करले आणि ज्ञानाचा मार्ग मोकळा करून घेतला.

त्या काळच्या रीतीप्रमाणे संत रोहिदासांच्या वडिलांनी त्यांचे लहानपणीच लग्न करून दिले होते. बायको-मुले होती. पण संत रोहिदासांचे प्रपंचात लक्ष कुठे होते? पादत्राणे शिवण्याचा आपला पिढीजात धंदा ते करीत होते; पण चित्त होते देवाची भक्ती करण्यात.

आपल्या भक्ताची काळजी देवालाच असते. देवाने एकदा ब्राह्मणाचे रूप घेऊन संत रोहिदासांची भेट घेतली आणि एक सोन्याची आरी तो संत रोहिदासांना देऊ लागला. आरी म्हणजे चांभारकामाचे हत्यार असते. हे लोखंडाचे असते. संत रोहिदासांना सोन्याच्या आरीचा लोभ अजिबात वाटला नाही. उलट हसून ते ब्राह्मणाला म्हणाले,

"महाराज, मला हा आरीचा काय उपयोग? मला द्यायचीच असेल तर लोखंडाची आरी द्या."

देवाची पंचाईत झाली. आता संत रोहिदासांना मदत तरी कशी करावी हे त्यांना कळेना. मग एकदा संत रोहिदास समाधी लावून बसले असताना त्यांना देवाचे दर्शन झाले आणि देवाने त्यांना सोन्याच्या पाच मोहरा दिल्या.

समाधी उतरल्यावर रोहिदास डोळे उघडून पाहतात तो समोर पाच सोन्याच्या मोहरा आहेत. रोहिदासांनी देवाचा प्रसाद मानून त्या घेतल्या. पण आपल्या संसारासाठी वापरल्या नाहीत. उलट त्या मोहरा खर्चून त्यांनी एक सत्संगभवन बांधले. सती मीराबाई व राजपूत राणी धाराबाई तिथे राहिल्या होत्या व पुढे रोहिदासांच्या शिष्याही झाल्या.

अशी कथा सांगतात की पंढरपूरचा विठोबा आज विटेवर उभा आहे तो संत रोहिदासांमुळेच.

त्याचे असे झाले, पुंडलीक हा काही प्रथमपासून आईवडिलांची सेवा करणारा मातृ-पितृभक्त मुलगा नव्हता. उलट तो आई-वडिलांची फारशी काळजी करीत नसे. एकदा तो आपल्या बायकोसह यात्रेला निघाला होता. आईवडील बरोबर होते; पण त्यांना त्याने एका दोरीने बांधून चालवले होते. वाटेत रोहिदासांची झोपडी लागली.

पुंडलिकाने आत डोकावून पाहिले तो काय? संत रोहिदास आपल्या आई-वडिलांची सेवा करीत होते. वृद्ध आईबापांना त्यांनी दोन झोक्यांवर निजवले होते. ते स्वतः जवळच चपला शिवीत बसले होते. दोन झोक्यांना दोन दोऱ्या बांधून त्यांनी त्या आपल्या डोक्याला बांधून घेतल्या होत्या. हाताने काम चालू होते आणि एकीकडे मागेपुढे झुलत ते आईबापांना झोके देत होते. ते पुंडलीक चकित झाला. तेव्हा संत रोहिदासांनी त्याला उपदेश केला की, 'जन्म देणारे आईबाप हे देवांसारखे पूज्य मानून त्यांची त्यांच्या म्हातारपणात सेवा करणे हे आपले कर्तव्य आहे.' ह्या उपदेशाचा पुंडलिकावर इतका परिणाम झाला की त्याने आपल्या आईबापांची क्षमा मागितली. त्यांना घेऊन तो पंढरपूरला परत गेला. एक झोपडी बांधून तो त्यांच्यासह तिथे राहिला आणि त्यांची रात्रंदिवस सेवा करू लागला. विष्णू स्वतः

त्याला भेटायला कसा आला आणि पुंडलीक येण्याची वाट पाहात त्याने दिलेल्या वीटेवर कमरेवर हात ठेवून कसा उभा राहिला ती कथा आपल्याला माहीत आहेच.

'मन चंगा तो काथवट मे गंगा.' अशी एक म्हण आहे. त्याचा अर्थ असा की आपले मन जर पवित्र असेल तर गंगा शोधायला लांब जायला नको. आपल्यासमोर जे पाणी असेल तेच गंगा बनते.

ही म्हणसुद्धा संत रोहिदासांच्या आयुष्यात घडलेल्या एका घटनेवरून बनली आहे.

संत रोहिदासांच्या गावात राहणारा एक श्रीमंत सावकार एकदा गंगास्नानाला जायला निघाला. जाण्याची तयारी म्हणून चपला शिवून घ्यायला तो रोहिदासांकडे आला. त्याने रोहिदासांना सांगितले,

"रोहिदास, यात्रेला जातो आहे. गंगास्नान करावे असे मनात आहे."

रोहिदास हात जोडून म्हणाले, "भाग्यवान आहात."

मग त्यांनी आपल्याजवळचा एक पैसा सावकाराला देत म्हटले,

"माझ्या गरीबाच्या नशीबात गंगेचे दर्शन कुठले? पण आपण गंगास्नान कराल तेव्हा माझा हा पैसा गंगामातेला अर्पण करा."

सावकाराने पैसा घेतला. पुढे तो यात्रेला गेला. गंगास्नान करताना त्याला संत रोहिदासांनी दिलेल्या पैशाची आठवण झाली. तेव्हा त्याने तो पैसा गंगेत टाकला आणि काय आश्चर्य! पुढच्याच क्षणी गंगेच्या पात्रातून एक हात वर आला. त्या हातात एक सोन्याचे कडे होते.

रोहिदासाने अर्पण केलेल्या पैशाबद्दल प्रसाद म्हणून गंगा मातेने ते सुंदर कोरीव काम केलेले सोन्याचे कडे दिले होते है उघड होते. अर्थातच सावकाराने ते कडे परत घरी गेल्यावर रोहिदासांना द्यायला हवे होते. पण एवढा श्रीमंत सावकार, तरी ते सोन्याचे कडे पाहिल्यावर त्याची बुद्धी फिरली. त्याने गावातल्या एका सराफाकडे जाऊन ते कडे विकून टाकले आणि ते पैसे घेऊन तो गप्प बसला. योगायोगाने राजाची राणी त्याच सराफाकडे दागिने खरेदी करायला गेली असताना तिने ते कडे पाहिले. तिला ते फारच आवडले. पण एकच कडे घेऊन काय करणार? तिला हातात घालायला दोन कडी हवी होती. तिने सराफाला तसेच दुसरे कडे आणण्यास सांगितले.

पण सराफाकडे तर एकच कडे होते. तसली सुंदर कारागिरी करणारा माणूस त्याच्याकडे नव्हता. तो दोन कडी कुठून आणणार? राणी रागावली. तिने राजाकडे तक्रार केली की, 'दोन कडी मागितली; पण सराफ ती देत नाही.'

राजाने सराफाला दरबारात बोलावून घेतले तो म्हणाला, "महाराज, ते कडे माझ्या दुकानात बनवलेले नाही. एका सावकाराकडून मी ते विकत घेतले आहे."

राजाने ताबडतोब सावकाराला शोधून आणायला शिपाई पाठवले. त्यांनी सावकाराला शोधून आणून दरबारात उभे केले. सावकार आता घाबरून गेला होता तो हात जोडून म्हणाला,

"महाराज, आमच्या गावच्या रोहिदासाने दिलेला पैसा मी गंगेत टाकला. त्याच्या बदली गंगेने हे कडे दिले आहे. ते कडे रोहिदासाचे आहे. मी ते विकले ह्याबद्दल मला माफ करा."

आता राजाला ह्या साऱ्या प्रकाराचे नवल वाटू लागले होते. तेव्हा तो स्वतः सराफ, सावकार, दरबारातली मंडळी असे सर्वजण रोहिदासाकडे गेले. संत रोहिदास पादत्राणे बनवण्यासाठी लागणारे चामडे पाण्यात भिजवीत बसले होते.

राजाने त्यांना सारी हकीकत सांगून म्हटले,

"तुम्ही दिलेला पैसा गंगेत टाकला, तेव्हा त्या बदल्यात जे सोन्याचे कडे मिळाले ते माझ्या राणीला फार आवडले आहे. तिला त्या कड्याची जोडी हवी आहे. तेव्हा तुम्ही आणखी एक पैसा दिलात तर गंगेकडून दुसरे तसले कडे मिळेल."

तेव्हा रोहिदास हसून म्हणाले, "त्यासाठी गंगेपर्यंत कशाला जायला हवे? मन चंगा तो काथवट में गंगा." असे म्हणून त्यांनी चामडे भिजत घातलेल्या पाण्यात हात घातला आणि तसलेच एक सोन्याचे कडे काढून राजाला दिले. असे हे अलौकिक संत रोहिदास. त्यांची समाधी चितोडला आहे. तिथे माघी पौर्णिमेला मोठा उत्सव होतो.

संत रोहिदासांकडून आपण दोन गोष्टी शिकायला हव्यात. एक म्हणजे मातापित्यांची सेवा केली पाहिजे. दुसरे हे की कोणतेही काम हलके नाही. आपले कर्तव्य आपण मन लावून करावे आणि देवाची भक्ती करावी म्हणजे तो नक्की प्रसन्न होतो. माघी पौर्णिमेला विश्वकर्मा जयंती पण असते.

त्याची कथा अशी सांगतात विश्व कसे उत्पन्न झाले ह्याची ही कथा आहे. अनेक पुराणातून ही कथा सांगितली आहे. त्यात असे सांगितले आहे की सगळ्या विश्वाचे मूळ म्हणजे आदिपुरुष आहे. तो अनादि अनंत आहे. त्याने ब्रह्मदेव निर्माण केला आणि त्याला पृथ्वी उत्पन्न करायला सांगितली.

पण ब्रह्मदेवाने फक्त मानव उत्पन्न केले आणि मग विश्वकर्म्याला उत्पन्न केले. ब्रह्मदेवाने त्याला पृथ्वी सुंदर सजवण्यास सांगितले.

विश्वकर्मा पृथ्वीवर आला आणि त्याने पर्वत, सरोवरे, नद्या, वृक्ष, वेली अशा अनेक गोष्टी बनवून पृथ्वी सुंदर सजवली. मग त्याने शहरे, बागा पण तयार केल्या. मानवांना देवाची आठवण रहावी म्हणून त्याने तीर्थे, देवस्थाने पण बनवली. त्यानंतर त्याने ब्रह्मदेवाने बनवलेल्या माणसांना कामे वाटून दिली. त्यासाठी त्याने त्यांना चार वर्णात वाटून टाकले.

ब्राह्मण, क्षत्रिय, वैश्य आणि शूद्र. ब्राह्मणांनी अध्ययन, अध्यापन आणि वेदविद्येचे रक्षण करायचे. क्षत्रियांनी सर्वांचे संरक्षण करायचे. वैश्यांनी व्यापार, कारागिरी संभाळायची आणि शूद्रांनी सेवा करायची. ह्याप्रमाणे विश्वकर्म्याने ब्रह्मदेवाने सांगितल्याप्रमाणे सर्व व्यवस्था केली. अजूनही काही ठिकाणी इंजिनियरिंग कॉलेजांना विश्वकर्म्याचे नाव देतात.

फाल्गुन पौर्णिमा - हुताशनी पौर्णिमा (होळी)

फाल्गुन पौणिमेला हुताशनी पौर्णिमा म्हणतात. या दिवशी साजरा केला जाणारा उत्सव म्हणजे होलिकोत्सव. यालाच 'होळी' असे म्हणतात. माघ महिना संपताच ऋतुंचा राजा असलेल्या वसंताचे आगमन होते. धरतीमाता नवनवीन पानाफुलांनी बहरते. अनेक ठिकाणी ग्रामदैवतांच्या यात्रा, उत्सवाला भरती येते. कुस्त्यांचे फड गर्जत असतात. सर्वत्र आनंदी आनंद पसरतो. अशावेळी हा आनंद वाढविण्यासाठी येतो होळीचा सण.

उत्तर भारतात यालाच दोलायात्रा, होरी म्हणतात. महाराष्ट्रात शिमगा म्हणतात. याचाच अर्थ भारतात जरी वेगवेगळे प्रांत असले तरी संस्कृती मात्र एकच आहे. होळी हा सण वेगवेगळ्या प्रांतात आजही वैविध्यपूर्ण पद्धतीने साजरा केला जातो हे विशेष. यावरून भारतीय संस्कृतीची कल्पना येते. हा सण सर्व ठिकाणी संध्याकाळी साजरा करतात. खरे म्हणजे होळी हा सण निसर्गाची संक्रमण अवस्था सुचविणारा आहे. संक्रमण म्हणजे बदल. विविध झाडांची पाने गळतात, वनश्रीची शोभा नाहीशी झालेली असते. सारे थंडीने बेजार झालेले असतात. आता या स्थितीत बदल होणार असतो, प्राणीमात्रात जोम उत्साह येणार असतो, ते सांगणारा हा सण; थंडीचे त्रासदायक दिवस संपल्याचा हा आनंदोत्सव.

पानझडीने सृष्टीमातेचे अंगण अस्वच्छ झालेले असते. सगळीकडे पालापाचोळा पडलेला असतो. काड्याकुड्या साठलेल्या असतात. त्यामुळे अस्वच्छता सर्वत्र दिसते. आता ऋतुराज वसंताची स्वारी येणार; याला ही घाण अस्वच्छता कशी आवडेल म्हणून पौर्णिमेच्या शुभदिवशी ही अस्वच्छता नाहीशी करायला तिची होळी करायला पूर्वजांनी सांगितले आहे. या स्वच्छतेच्या सोहळ्याला धार्मिक बनविले आहे. परिसर स्वच्छ असणे आपल्या आरोग्याच्या दृष्टीनेही आवश्यक आहे.

वैज्ञानिकदृष्ट्या महत्त्व - या महिन्यात उन्हाळाही सुरू होत असतो, जमीन भाजून निघते. तिच्यातून उष्ण वाफारे निघतात. घराभोवती पानांची कुजलेली घाण तशीच राहिली, तर

आरोग्याला हानिकारक असते. म्हणून तिची होळी करणे आवश्यक आहे. स्वच्छता ही एकदा करून भागत नाही, पुन्हा पुन्हा करावी लागते. त्याची आठवण करून देणारा सण म्हणजे होळी. होळी म्हणजे थंडीच्या दिवसात आपल्याला आठवण करून देते, तो उष्णता देणाऱ्या अग्नीला कृतज्ञापूर्वक केलेला प्रणाम.

होळी म्हणजे ऋतुराज वसंताचे आगमन, स्वागत!

पावरा समाजातील होळी - इतर आदिवासींप्रमाणे पावरा लोकांत होलिका दिवस सगळ्यात मोठा सण असतो. होलिका देवीस पावरी भाषेत हुवी, हवावी, कली असेही म्हणतात.

पावरा लोकांचा सर्वात मोठा सण होळी. ही देवी आपल्यावर कृपाछत्र ठेवते, आपली मनोकामना पूर्ण करते, अशी पावरा लोकांची श्रद्धा आहे. होळी हा सण फाल्गुन महिन्याच्या सुमारास साजरा करतात. या काळात शेतीचा हंगाम संपलेला असतो. जंगल फळाफुलांनी बहरलेले असते. होलिका देवीच्या कृपेने आपण सुखीसमाधानी राहू अशी पावरा समाजाची श्रद्धा आहे.

उत्तरेत हा उत्सव कृष्णासाठी आहे असे मानतात. कृष्ण तान्हा असताना त्याला मारण्यासाठी कंसाने पुतना नावाच्या राक्षसीला पाठविले होते. कृष्णाने तिचे कपट ओळखले आणि तिचे दूध पितापिता तिचे प्राणही प्राशन केलेल्या पुतनेला होळीच्या दिवशी रात्री जाळण्यात आले असे ते लोक मानतात. महाराष्ट्रात प्राचीन काळी ढुंठा नावाची राक्षसी लहान मुलांना त्रास देत असे. तिला हुसकावून लावण्यासाठी फाल्गुनी पौर्णिमेला मोठा जाळ केला होता. त्यामुळे ती पळून गेली.

दक्षिण भारतात हा उत्सव कामदेवासाठी मानतात. भगवान शंकर आपल्या तपश्चर्येत मग्न होते. देवांनी शंकराचे लक्ष माता पार्वतीकडे वेधण्याचे काम कामदेवाला सांगितले. ते शंकराला समजताच ते रागावले. त्यांनी आपला तिसरा डोळा उघडला आणि कामदेवाला किंवा मदनाला जाळून टाकले. त्याची आठवण म्हणून दक्षिणेत कामदेवाचा पुतळा तयार करून तो जाळण्याची प्रथा आहे. उद्देश एवढाच की, अनेक ठिकाणी उन्हाळ्याचे दिवसात ठिकठिकाणी आग वगैरे लागते तेव्हा अग्नीला शांत करण्याकरिता ही पौर्णिमा साजरी केली जाते.

हा सण कसा साजरा करतात?

या दिवशी अंगणातील थोडी जागा सारवून त्याभोवती रांगोळी काढून मध्यभागी शेणाच्या गोवऱ्या, त्यात एरंडाची फांदी ठेवतात. एरंडाचा एक दांडा उभा करतात. त्याच्याभोवती लाकडे, गोवऱ्या रचतात. त्याची पूजा करावी. पुरणपोळीचा नैवेद्य दाखवावा. खेडेगावात सगळे गाव मिळून गोवऱ्या, लाकडे गोळा करून सावर्जनिक ठिकाणी होळी करतात. तिची पूजा करतात, नंतर त्यात नारळ अर्पण करून खोबऱ्याच्या वाट्या भाजून प्रसाद वाटतात.

प्रत्येक सेवेकऱ्याने आपल्या घरासमोरील मोकळ्या जागेत छोटी होळी पेटवावी. नंतर हातात पाणी घेऊन 'मी व माझे कुटुंब यांना सुखशांती मिळावी म्हणून होळीचे पूजन करतो'

असा संकल्प करावा. त्यानंतर घरातील विस्तवाने होळी पेटवावी. त्याची पंचोपचार पूजा करून नैवेद्य द्यावा. तसेच घरात उपद्रव देणाऱ्या किटकांच्या कणकेच्या आकृत्या करून त्या होळीत टाकाव्यात म्हणजे जिवाणू नष्ट होतात. होळीला ३ प्रदक्षिणा घालाव्या. होळी या सणाच्या निमित्ताने मनुष्याने आपल्या अंगी असलेले वैगुण्य, दोष, प्रवृत्ती यांची होळी करावी. संपूर्ण वर्षाच्या शेवटी या सर्व गोष्टी सोडून याव्यात. हाच या सणाचा संदेश.

वटसावित्री, नागपंचमी, हरतालिका हे जसे स्त्रियांचे सण आहेत त्याचप्रमाणे होळी हा पुरूषांचा सण आहे.

जुने जाऊ द्या मरणालागुनी । जाळुनी किंवा पुरून टाका ।।

असे केशवसुतांनी म्हटले आहे. पाच दिवस हा सण साजरा केला जातो. दुसऱ्या दिवशी धुलीवंदन साजरा करतात. तर ५ व्या दिवशी रंगपंचमीला सर्वांशी वैमनस्य सोडून देऊन प्रसन्नतेचे रंग उधळायचे असतात. या सणाची महती सांगणारी कथा अशी आहे.

कथा

हिरण्यकश्यपूचा मुलगा भक्त प्रल्हाद हा विष्णूचा लाडका भक्त होता. हिरण्यकश्यपूने त्याचा छळ केला. प्रल्हादाने श्रीविष्णूचे नाव घेऊ नये म्हणून हिरण्यकश्यपूने त्याला उंच कड्यावरून खाली टाकले, उकळत्या तेलाच्या कढईत टाकले. तरीही भक्त प्रल्हादावर त्याचा काही एक परिणाम झाला नाही. तो तसाच्या तसा राहिला. शेवटी हिरण्यकश्यपूची बहीण म्हणाली, "मला वर लाभल्यामुळे अग्नीपासून मला कोणतेच भय नाही. मी जळणार नाही. मी प्रल्हादाला घेऊन अग्नीत बसते." त्याप्रमाणे हिरण्यकश्यपूची बहीण हुंठा प्रल्हादाला मांडीवर घेऊन अग्नीत बसली. सभोवती गोवऱ्या रचून पेटविले गेले. पण काय आश्चर्य! वर मिळालेली हुंठा अग्नित जळून भस्म झाली, तर भक्त प्रल्हाद मात्र अग्नीतुन सुखरूप बाहेर आला. जे वाईट होते ते जळून गेले, जे अस्सल होते ते तापवून शुद्ध बनले. प्रल्हादाची जणू ही अग्नीपरीक्षाच होती. त्याची आठवण म्हणून होळी पेटवली जाते. तीच ही होली! म्हणून होळीचे महत्त्व आहे.

सारांश-

होळीचा सण, उत्सव, फाल्गुनाच्या रंगाने आपले जीवन रंगीत बनविणारा, वसंतातही संयमाची दिक्षा देणारा, संघनिष्ठेचा महिमा समजविणारा व मानवमनात, समाजात असलेल्या असुरीवृत्तींना जाळण्याचा संदेश देणारा उत्सव आहे.

धुलीवंदन -

होळी हा सण पाच दिवसांचा असतो. दुसरे दिवशी 'धुलवड' हा सण असतो. या दिवशी होळीची राख भस्म म्हणून कपाळाला लावतात. राख किंवा भस्म यांत विद्युत, उष्णता विरोधक तत्त्व आहे. आपला प्रत्येक सण संधिकाळाशी संबंधित आहे. साधारण मार्चमध्ये सूर्याची किरणे लंबरूपी पडतात व उत्तरोत्तर जास्त वेळ राहणार असतात, तेव्हा उष्णता

विरोधक राख किंवा भस्म लेपन हा शास्त्रशुद्ध आचार आहे. मातीचे विशिष्ट गुणसुद्धा शरीराला पोषक आहेत. गोमय तर उष्णता विरोधक आहेच; पण ते त्वचारोग दूर करणारेही आहे. म्हणून पूर्वीच्या काळी गोमयाने सडासंमार्जन करीत असत. गोमयाने लिंपलेल्या मातीच्या घरात उष्णता कमी भासते. शतता, पावित्र्यता वाढते, हा अनुभव आहे म्हणून आपल्या अनेक धार्मिक स्नानात, सचैल स्नानात, भस्म स्नान, पंचगव्य स्नान, मृत्तिका स्नान, वायुस्नान, सूर्यस्नान यांचे महत्त्व आहे. त्याचे अद्भुत असे अनुभवही आपल्याला पाहायला मिळतात.

श्रावणीच्या दिवशीसुद्धा असे सांगितले आहे. या सर्वांचा आरोग्याशी संबंध आहे.

कपश्चितो हि शिशिरे वसन्ते र्काशु तापितः ।
हत्वानि कुरुते रोगनतस्तं त्यस्या जयेत् ।।

आयुर्वेदाचे ऋषी सुश्रुत सांगतात, शिशिर ऋतुत झालेला कफ वसंत ऋतूत पातळ होतो व त्याने सर्दी, पडसे, ताप, खोकला आदी रोग होतात. ते निवारण्याकरिता मोठ्याने बोलणे, गाणे, बजावणे, नाचणे, पळणे इत्यादी व्यायाम प्रकाराने कफाचे विकार होत नाहीत. धुलीवंदनाच्या दिवशी धुळवड, राख फेकणे हा खेळ खेळतात; पण त्याबरोबर होळीच्या धगीवर पाणी तापवून लहान मुलांना स्नान घालतात म्हणजे त्यांना उन्हाळा बाधत नाही. यानंतर ५ व्या दिवशी 'रंगपंचमी' सण साजरा करतात.

रंगपंचमी

रंगपंचमी म्हणजे होळीचा ५ वा दिवस. या दिवशी सर्वांशी वैमनस्य सोडून देऊन प्रसन्नतेचे रंग उधळायचे असतात.

सृष्टीरुपी रंगमंचावर जीवनरूपी नाटकातील आपली भूमिका साकार करताना आपल्याला अनेक भावरंगांना सामोरे जावे लागते. सुख, समाधान, स्वास्थ्य, शांती, यासोबतच दुःख, विषाद, उदासीनता, अशांतीही स्वाभाविकपणे आपल्या जीवनात (आत्मप्रवासात) येतात. परंतु खरे आत्मज्ञान प्राप्त झाल्यावर आपण त्याला न डगमगता दुःख व संकटाला सामोरे गेले पाहिजे. प्रत्येकाने परस्परांच्या सुख दुःखाच्या प्रसंगी सामील होऊन परस्पर सहकार्य व सामंजस्याने आपले जीवन व्यतीत करावे.

होळीत रंग खेळण्याची प्रथा आहे. आपले शरीर सात धातूचे व सातरंगांचे बनले आहे, म्हणूनच इंद्रधनुष्य सर्वांना आनंददायी वाटतो. सर्व रंगांचे मिश्रण होळीत रंग खेळण्याने होते. पण रंग कोणते? तर साग, पळस, शिंगाड्याच्या पीठापासून बनविलेला गुलाल, अबिर, चंदन अशा वस्तू सांगितल्या आहेत. पळस वृक्ष तर अत्यंत गुणकारी आहे. पळसाच्या समिधा यज्ञात मुद्दाम जाळतात. कारण ती कठोरता, कठीणता याची कसोटी आहे. म्हणून आयुर्वेदात पळसाचा डिंक, साल, फळ, फूल, पान यांचा विविध औषधांत वापर करतात. अशा रंगात भिजलेले कपडे शरीरावर राहिले तर ते रंग शरीर रंध्रातून शोषण होऊन शरीरात स्नायूंना मिळतात व येणाऱ्या हिवाळ्यातून उन्हाळ्याकडे वाटचाल करताना होणाऱ्या रोगांना

प्रतिबंध होतो.

पण आज होलिकोत्सवाचे स्वरूप अत्यंत बीभत्स आहे. चोच्या करणे, आगी लावणे, शेण-मातीचा मारा करणे, चांगल्या रंगांऐवजी आरोग्याला घातक अशी रसायने मिश्रीत रंग वापरणे या सर्वांमुळे या शास्त्रोक्त पद्धतीवर असलेल्या सणाचा विपरीत परिणाम होतो. ऋतुसंधी काळात उत्पन्न होणाऱ्या सर्दी, पडसे, गोवर, कांजण्या, त्वचारोग यावर उपाय न होता अपाय होतात.

या सणाविषयीची एक कथा अशी,

फाल्गुन कृष्ण पंचमीला भगवान श्रीकृष्णाने गोकुळातील सर्व स्त्री-पुरुषांना एकत्र करून रंगपंचमीचा उत्सव संपन्न केला होता. जीवन अनेक रंगांनी नटलेले आहे. ते आत्मविश्वास हीन नसावे, ते सप्तरंगांने, संगीताने व परस्पर प्रेमसंबंधांने खुलले पाहिजे. हा संदेश देण्यासाठी रंगपंचमी हा सण साजरा केला जातो.

पिवळा रंग मुलाधारचक्र, नारिंगी नागरी चक्र, मणिपूर चक्र, लाल रंग अनाहत चक्र, जांभळा रंग आज्ञाचक्र, हिरवा रंग सहस्रचक्र जागृत होण्यास मदत होते म्हणून प्रत्येक कार्यात रंग संगती सांगितली जाते. लाल रंग स्फूर्ती देतो, हिरवा रंग तजेला देतो, थकवा दूर करतो, निळा रंग शांती प्रदान करतो, असे रंगांचे प्रभाव असल्यामुळे रंग खेळण्याची गंमत म्हणून नव्हे, तर प्रत्येक पूजेतसुद्धा आसन, परिधानाचे कपडे कसे असावेत हे देखील सांगितलेले आहे.

रंगपंचमीच्या निमित्ताने विविध रंगांचे आरोग्यदृष्ट्या, योगशास्त्रदृष्ट्या, आध्यात्मिकदृष्ट्या अर्थ जाणून घेतले पाहिजेत व त्यानुसार उपयोग केला पाहिजे.

खालील रंग आपणास काय सुचवितात हे पाहू.

लाल रंग - शक्ती, स्फूर्ती; पिवळा रंग - ऐश्वर्य, प्रसन्नता; नारिंगी रंग - भक्ती; हिरवा रंग प्रभावशाली, समृद्धी; निळा रंग - शांती, आकाशाचे प्रतीक आहे.

विधी

होळी हा वर्षातला तसा शेवटचा सण. यानंतर १६ व्या दिवशी पाडवा, नवीन संवत्सर. वर्षभरातील ताण-तणाव झुगारून देऊन, मुक्त वातावरणात होलिकोत्सव साजरा करतात. दिवसभरात उत्साही वातावरण असते. घरी पुरणपोळी नैवेद्यासाठी करण्यात येते. देवाच्या नैवेद्यासोबत होळीचा स्वतंत्र नैवेद्य असतो.

बच्चे मंडळी/तरुण अगोदरपासूनच होळीच्या तयारीत असतात. शेणाच्या विविध आकाराच्या गोवऱ्या करून, वाळवून त्याच्या माळा करणे, होळीसाठी लाकूडफाटा जमा करून आणणे. त्याचा कुणाला सुगावा लागू न देणे अशी कामे संपवलेली असतात. साधारणतः चौकात, रस्त्याच्या मध्यभागी जागा साफ करून शिंपडून प्रथम एरंडाची एक फांदी गाडतात. त्याभोवती होळी रचतात. शेणाच्या गोवऱ्यांच्या माळा घालतात. भोवती रांगोळी काढतात. सायंकाळी होळीची पूजा करतात. होळीला वस्त्र, बांगड्या, आभूषणे

अर्पण करतात. सकाळी दाखविलेला नैवेद्य होळीत अर्पण करतात. होळीभोवती पाण्याने एक वर्तुळ काढतात. होळीला मर्यादित राहण्याची ती विनंती असते. मग होळी पेटवतात. होळी पेटल्यावर त्यात नारळ टाकतात. पेटल्यावर होळीभोवती प्रदक्षिणा करतात. होळी बराच काळ जळत असते. थंडी पळाली, त्याचा हा संकेत असतो. दुसरे दिवशी होळीची राख अंगास लावून, तसेच अर्धवट जळालेले नारळ-त्याचा प्रसाद खाऊन, स्नान करतात.

धुळवड, रंगपंचमी

होळीचा दुसरा दिवस म्हणजे धुळवडीचा दिवस. खरे तर त्या दिवशी होळीची राख अंगाला लावून स्नान करावयाचे. पण अनेक ठिकाणी त्या दिवशी रंगपंचमी खेळली जाते. धुळवडीच्या नावाने डांबर/चिखल/शेण इत्यादी पदार्थ एकमेकांच्या अंगाला लावून आनंद घेतात. खरे तर हा एक मनातल्या वाईट भावनांचा निचरा करावयाचा सण, मात्र होळीच्या राखेपुरता मर्यादित ठेवावयास हवा. पण मनातील मत्सर, तिरस्कार, असूया, द्वेष या भावनांना वाट करून देण्यासाठी अन्य गोष्टींचा वापर केला जातो. ते अयोग्य आहे.

'मातीतून आला, मातीतच जायचं' याची आठवण करून देण्यासाठी धुळवड खेळली जाते. तसेच उच्च-नीच भाव बाजूला ठेवून आणि आनंदाची उधळण करण्यासाठी या खेळाची योजना झालेली आहे. मोकळेपणा अनुभवण्याकरिता छान छान कपडे उपयोगाचे नाहीत, तर टाकून द्यायचे कपडे घातले तर अधिक आनंद घेता येतो.

जपानमध्ये आपल्यासारखाच एक इव्हेंट आहे. त्या दिवशी भातशेतीसारख्या मोठ्या वाफ्यात खूप पाणी टाकून चिखल करतात. यात सर्वजण उतरतात. एकमेकांच्या अंगाला चिखल लावतात. धरतीमातेप्रति आपली भावना त्यातून व्यक्त केली जाते. धुळवडीची तीच कल्पना आहे.

फाल्गुन कृ. पंचमी म्हणजे रंगपंचमी. खरे तर हा आनंद साजरा करण्याचा, एकमेकांत मिसळण्याचा, थट्टा-विनोद करून, मनाला ताजेतवाने करण्याचा सण. उत्तर भारतात ह्या सणाला अधिक व्यापकता, लोकप्रियता आहे. चांगल्या पद्धतीने रंगपंचमी साजरी केली जाते. (महाराष्ट्रात जरा नाव ठेवावयाला जागा आहे, तो दोष दूर व्हावा.) श्रीकृष्णाने गोकुळात रंगपंचमी खेळली. त्याची आठवण ठेवून, एकमेकांचा आनंद द्विगुणित करून रंगपंचमी खेळतात. रंग टाकणाऱ्या टोळ्या येतात. येताना छान छान गाणी म्हणतात. आपण आनंदात नाचतात. इतरांना सहभागी करून घेतात. संकोच करणाऱ्याचा संकोच घालवितात.

लक्षात ठेवण्यासारख्या विशेष गोष्टी

(१) चैत्र : शुद्ध प्रतिपदा- गुढीपाडवा, डॉ. हेडगेवार जयंती. शुद्ध द्वितीया- अक्कलकोटस्वामी जयंती. शुद्ध नवमी- रामनवमी, पौर्णिमा- हनुमान जयंती, श्री शिवछत्रपती निर्याण दिन. वद्य त्रयोदशी- अक्कलकोटस्वामी पुण्यतिथी,

(२) वैशाख : शुद्ध तृतीया- अक्षय तृतीया. शुद्ध त्रयोदशी- थोरले बाजीराव पेशवे निर्याण दिन.

(३) ज्येष्ठ : शुद्ध षष्ठी- महाराणी लक्ष्मीबाई (झाशी) स्मृतिदिन. शुद्ध त्रयोदशी- श्रीछत्रपती शिवाजी महाराज राज्याभिषेक. पौर्णिमा- वटपौर्णिमा. वद्य षष्ठी- बाळाजी बाजीराव पेशवे स्मृतिदिन.

(४) आषाढ : शुद्ध एकादशी- आषाढी एकादशी (पंढरपूरची यात्रा). वद्य प्रतिपदा- लोकमान्य टिळक पुण्यतिथी. वद्य षष्ठी- लोकमान्य टिळक जयंती. वद्य एकादशी- आळंदी यात्रा. वद्य द्वादशी- नामदेव महाराज पुण्यतिथी.

(५) श्रावण : शुद्ध पंचमी- नागपंचमी. पौर्णिमा- नारळी पौर्णिमा, रक्षाबंधन. वद्य अष्टमी- गोकुळाष्टमी. वद्य चतुर्दशी- देवी अहिल्याबाई होळकर निर्याण दिन.

(६) भाद्रपद : शुद्ध चतुर्थी- गणेश चतुर्थी. शुद्ध पंचमी- ऋषी पंचमी, श्रीगजानन महाराज (शेगाव) पुण्यतिथी, शुद्ध चतुर्दशी- अनंत चतुर्दशी. वद्य प्रतिपदा- थोरले बाजीराव पेशवे जन्मदिन. वद्य द्वितीया- महात्मा फुले जयंती.

(७) अश्विन : शुद्ध प्रतिपदा ते शुद्ध नवमी- नवरात्र. शुद्ध दशमी- विजयादशमी (दसरा). पौर्णिमा- कोजागिरी. शुद्ध त्रयोदशी- दादोजी कोंडदेव निर्याण दिन. वद्य त्रयोदशी- धन त्रयोदशी. वद्य चतुर्दशी- नरक चतुर्दशी. अमावस्या- लक्ष्मीपूजन.

(८) कार्तिक : शुद्ध प्रतिपदा- बलिप्रतिपदा. शुद्ध द्वितीया- भाऊबीज. शुद्ध एकादशी- कार्तिकी एकादशी. पौर्णिमा- त्रिपुरी पौर्णिमा. वद्य अष्टमी- रमामाधव पुण्यातिथी (थेऊर). वद्य त्रयोदशी- ज्ञानेश्वर महाराज समाधी सोहळा (आळंदी).

(९) मार्गशीर्ष : शुद्ध पौर्णिमा- दत्तजयंती. वद्य षष्ठी- मोरया गोसावी पुण्यतिथी (चिंचवड). वद्य दशमी- गोंदवलेकर महाराज पुण्यतिथी.

(१०) पौष : मकर संक्रांत (दि. १० व १४ जानेवारी) वद्य सप्तमी- श्री स्वामी विवेकानंद जयंती, रथसप्तमी. वद्य नवमी- श्री रामदास स्वामी पुण्यतिथी (सज्जनगड).

(११) माघ : वद्य चतुर्दशी- महाशिवरात्र.

(१२) फाल्गुन : पौर्णिमा- होळीपौर्णिमा. वद्य पंचमी- रंगपंचमी. वद्य षष्ठी- एकनाथ महाराज पुण्यतिथी. अमावस्या- श्री संभाजी महाराज स्मृतिदिन.

|| समारोप ||

श्री सत्यनारायण

दर पौर्णिमेला सत्यनारायण का करावा ?

जन्म देण्याचे किंवा जन्माला घालण्याचे काम ब्रह्मदेव करत असतात व जन्म ते मृत्यूपर्यंत पालनपोषण करण्याचे काम, जबाबदारी भगवान विष्णूंवर आहे आणि मृत्यूनंतर भगवान शंकर यांची जबाबदारी असते. म्हणून मेल्यानंतर मृत आत्म्यांना मुक्ती देण्याचे कार्य भगवान शंकराच्या स्थानी असते. आपल्या घरात पुरेसे न पडणे, आर्थिक अडचणी येणे, अन्न चविष्ट न लागणे, अन्न खाऊन तृप्ती न होणे, महिनाभर पुरणारे धान्य महिनाभर न पुरता लवकर संपणे, घरात पैसा नको असलेल्या ठिकाणी खर्च करावा लागणे, पैसा घरात आला म्हणजे त्याला वाटा फुटून अनाठायी पैसा खर्च होणे. वरील सर्व बाबींचे कार्यकारण भाव आपणास समजत नाही. असे प्रश्न ज्या वेळेस केंद्रात येतात त्यावेळेस सत्यनारायण पूजा दर पौर्णिमेला घरच्याघरी करण्याचा कार्यक्रम दिला जातो.

सतत १२ पौर्णिमांनंतर 'त्या' व्यक्तीचे वरील प्रश्न बऱ्याच अंशी सुटलेले असतात. बरेच चांगले अनुभव लोकांना आलेले दिसतात याचे कारण असे की, आपण जी सत्यनारायण पूजा करतो ती धान्याची पूजा असते. जुनी मंडळी अशी म्हण म्हणत की, 'घरचे धान्य सरत नाही व विकतचे धान्य पुरत नाही'. कारण विकतचे आणलेले धान्य आपल्या घरी आल्यानंतर आपण ते खातो त्यावर जाणकार मंडळी असे म्हणत असत की, 'ओकलेलं खाल्लं तर एकवेळेस ते चालेल परंतु टोकलेले खाऊ नये', 'जैसे खावे अन्न वैसे उपजे मन' या सर्व गोष्टी आपल्या कुटुंबावरती व आपल्यावर किती वाईट परिणाम करू शकतात.

घरातली माणसे एकविचाराने न राहणे, घरात अन्नधान्य, पैसा पुरे न पडणे या सर्व गोष्टींचे मूळ आपल्याला या ठिकाणी दिसून येते. म्हणून आपल्या पूर्वजांनी फार बारीक अभ्यास करून घरच्याघरी पौर्णिमेला सत्यनारायणाची पूजा करण्याची प्रथा याचसाठी घालून दिली आहे.

आपल्या घरी असलेले अन्न व धन पालनपोषणाची जबाबदारी भगवान विष्णू यांचेकडे असल्याने, भगवान विष्णूंच्या अधिष्ठानात घरातील धान्य व पैसा सत्यनारायणाच्या पूजेच्या माध्यमातून जर आपण पूजून घेतला तर त्या पैशाचे आणि धान्याचे सर्व दोष नाहीसे होतात. तसेच तो पैसा धन, धान्य, पैशात पैसा टाकल्यास त्याला बरकत राहते. त्या ठिकाणी पवित्रता येऊन घरातील लोकांनी ते पवित्र अन्न खाल्याने त्यांच्याही मनामध्ये पवित्र विचार येऊन घरात सुख, शांती, आनंदी, प्रसन्न वातावरण राहण्यास सुरुवात होते.

'सत्यनारायण पूजा' ही दर पौणिमेला प्रदोषकाळी (सूर्यास्ताआधी व नंतर २४ मि.) करावयाची असते. ऐश्वर्य, धन, संपत्ती यांचे मालक भगवान विष्णू व माता लक्ष्मीदेवी यांच्या कृपाप्रसादासाठी घरच्याघरी पूजा करावी. मकर संक्रांतीच्या दिवशीदेखील सत्यनारायण करावा. साहित्य- १ पाट, १ चौरंग, चौरंगाभोवती आंब्याचे चार डहाळे, चौरंगावर अर्धा मिटर पांढरे कापड, ताम्हणात तांदूळ घेऊन त्यात बाळकृष्ण ठेवावा. तीन सुपाऱ्या विड्याच्या

पानावर ठेवाव्यात (पहिली सुपारी-गणपतीची, दुसरी कुलदेवतेची, तिसरी वरूणाची) वरील पद्धतीने मांडणी करून सर्वांची पंचोपचार पूजा करावी. नंतर रव्याचा प्रसाद करून नैवेद्य, धूप, दीप दाखवून सत्यनारायणाची पोथी वाचावी. पोथी वाचून झाल्यानंतर अन्नाचा नैवेद्य दाखवावा. आरती करून प्रसाद वाटावा. हा प्रसाद कुटुंबातील व्यक्तींनीच खावा. बाहेरच्या कुणालाही प्रसाद देऊ नये. नातेवाईकांनासुद्धा देऊ नये. यानंतर पूजेतील उरलेले गहू-तांदूळ, त्या त्या धान्यात टाकावे. यामुळे धान्याचे दोष नाहीसे होऊन ते पवित्र होते. म्हणून दर पौर्णिमेला व संक्रातीला सत्यनारायण पूजन करावे.

या विधीमुळे घरात सुखशांती नांदते, धनधान्य पुरते, आर्थिक स्थिती सुधारते.

***

व्रत आणि उपासना

क्र.	व्रताचे नाव	व्रत प्रकार	फलश्रुती
१.	चैत्र पौर्णिमेचा उपवास आधीच्या दिवशी करतात. पौर्णिमेच्या दिवशी सकाळी ६ नंतर हनुमान जन्मानंतर उपवास सोडतात.	प्रतिवार्षिक उपोषणात्मक.	सामाजिक एकोपा आरोग्य लाभते. भक्तिभान वाढते.
२.	ज्येष्ठ पौर्णिमा (वटपौर्णिमा)	प्रतिवार्षिक (वट सावित्री व्रत).	स्त्री कर्तृक सौभाग्य वृद्धी.
३.	गुरुपौर्णिमा (आषाढ)	प्रतिवार्षिक नैमित्तिक	गुरुभक्ती वाढते.
४.	रक्षाबंधन, नारळी पौर्णिमा	प्रतिवार्षिक व्रत	समाजिक एकोपा. कुटुंबसुख मिळते.
५.	कोजागिरी पौर्णिमा (आश्विन पौर्णिमा)काम्यव्रत	ऐच्छिक	मनशांती अर्थप्राप्ती.
६.	कार्तिक पौर्णिमा कार्तिक स्वामी दर्शन योग काम्यव्रत	स्त्री पुरुषांनी एकत्र दर्शन घेण्याचा योग	लक्ष्मीप्राप्ती सुखसमृद्धीसाठी लाभकारक.
७.	मार्गशीर्ष पौर्णिमा दत्त जयंती उत्सव	प्रतिवार्षिक ऐच्छिक	गुरुभक्तीची प्राप्ती होते.
८.	पौष पौर्णिमा - शाकंभरी नवरात्र समाप्ती	प्रतिवार्षिक	हे व्रत कुलधर्म कुलाचारानुसार असते. त्यामुळे कुलदेवी आशीर्वाद मिळतो.
९.	होळी पौर्णिमा, हुताशनी फाल्गुन महिना.	प्रतिवार्षिक कुलाचार	पापनिरसन गृहसौख्य मिळते.

पौर्णिमेचा उपवास

कुलधर्म कुलाचारांचा भाग आहे. कुलदेवता - कुलदेवीच्या यात्रा, जत्रा, उत्सव, देवळांचा उत्सव, देवळाचा जीर्णोद्धार, विस्तार, नवीन मूर्ती स्थापना घरातील अथवा देवळातील पौर्णिमेच्या दिवशी करतात. त्यानुसार अभिषेक, होमहवन, महाप्रसाद करतात. पौर्णिमेच्या दिवशी चंद्रग्रहण आल्यास त्या ग्रहण वेळेनंतर उपवास सोडतात. देवाच्या मूर्तीस त्यानंतर स्नान, अभिषेक व नंतर आरती करण्याची प्रथा आहे. पौर्णिमेच्या दिवशी गावोगावी जत्रा, यात्रा उत्सवानुसार धार्मिक

कार्यक्रम असतात. मनोरंजनाचे कार्यक्रम असतात. गाढव, गायी-गुरे, घोडे बाजार, धनधान्याचा बाजार, नाटक-तमाशा, स्पर्धा कुस्ती, खेळांच्या स्पर्धा असतात. एकूण पौर्णिमा उत्सवाची असते, पवित्र तिथी असते. दत्त संप्रादय, प्रत्येक संत महंत साधू महाराजांच्या तीर्थक्षेत्री दर्शनासाठी विशेष लाभ मानला जातो. जसे गुरुवारी गुरूपौर्णिमा आल्यास एक उत्तम योग असतो. शिष्य संप्रदाय गुरुवारी आपल्या गुरु स्थानी दर्शनास जातात.

१. मनोरथ पूर्ण करणारे पौर्णिमा व्रत

कार्तिक महिना ते आश्विन महिना अशा १२ पौर्णिमांचे उपवास व्रत संध्याकाळी चंद्राची पूजा करून सोडावे. संकष्टी चतुर्थीप्रमाणे हा उपवास करावा. शिवशंकराची पिंडी किंवा एक सुपारी चंद्राची समजून पूजा करावी. १२ पौर्णिमेनंतर उद्यापन करावे. त्यावेळी एका जोडप्यास जेवणास बोलवावे. सौभ्याग्यवतीस वस्त्र, फुले फळे, बांगड्या शुभ्र पांढऱ्या रंगाचे कपडे, चांदीच्या वस्तू दान द्यावे. या व्रतामुळे आरोग्य, सुखसमाधान, कौटुंबिक सुख मिळते. विवाह इच्छुकांची लग्ने ठरतात. विवाहसुख मिळते. थोडक्यात मनातील शुद्ध हेतू पूर्ण करणारे हे साधे सोपे व्रत आहे. त्याचप्रमाणे कुलदेवता, देवीचा कृपा प्रसाद मिळून मानसिक आरोग्य मिळते. पौर्णिमेच्या ह्या व्रताने जीवन सुख शांत चंद्राप्रमाणे आनंद सुख मिळते.

२. चंद्र - नक्षत्र व्रत

कोणत्याही महिन्यातील पौर्णिमेस, पण ज्या दिवशी सोमवारी पौर्णिमा येईल तेव्हा हे व्रत करतात. शिवशंकराच्या पिंडीवर अभिषेक, पूजा, आरती करून मिष्टान्नचा नैवेद्य दाखवून, दुधाची खीर अवश्य करावी. संध्याकाळी चंद्रोदयानंतर एका सुवासिनीस, पुरुष, मुला-मुलींना प्रसाद द्यावा. जेवणाचा आनंद एकत्र कुटुंबाने घ्यावा. ह्या व्रतामुळे मनःशांती, आरोग्य लाभते. लक्ष्मी प्रसन्न होते आणि मनातील हेतू पूर्ण होतो.

परंपरागत कायमचे पौर्णिमा उपवास व्रत करणारे पौर्णिमा उपवास व्रत.

माझ्याकडे जन्मपत्रिका घेऊन ज्योतिष मार्गदर्शनासाठी जे स्त्री-पुरुष येतात, ते नेहमी ह्याबद्दल विचारत असतात म्हणून ह्या व्रताबद्दल माहिती देत आहे. प्रकृतीमानानुसार हे व्रत चालू ठेवावे; पण प्रकृती साथ देत नसेल, तर ह्या पौर्णिमा उपवासाचे उद्यापन करावे. त्यासाठी कोणत्याही महिन्यातील सोमवारी पौर्णिमा आल्यास त्यादिवशी श्री शिव शंकराच्या मंदिरात चक्क्याची पिंड बांधावी किंवा घरच्या घरी चक्क्याची शिवपिंड करून पूजा करावी. त्यानंतर आरती करून त्या चक्क्यामध्ये फक्त साखर घालून पांढऱ्या श्रीखंडाचा प्रसाद, संपूर्ण भोजनाचा (महाप्रसाद) आनंद आपल्या नातेवाईक, स्त्री-पुरुष, मुलामुलींसह घ्यावा. फक्त साखर किंवा खडीसाखर महादेवाच्या मंदिरात स्वतः वाटून ह्या व्रतांचे उद्यापन करावे.

***

अधिकमास व्रत (कोकिला व्रत)

अधिकमास पौर्णिमेच्या दिवशी जलाशयावर जाऊन स्नान करावे, सूर्याला त्रिवार अर्घ्य द्यावे,

संध्याकाळी आम्रवृक्षाजवळ जाऊन व्रताचा संकल्प करावा. त्यानंतर षोडशोपचार देवपूजा करून प्रार्थना करावी, सुवासिनीची ओटी भरावी. त्यानंतर आम्रवृक्षाजवळ जाऊन कोकिळा गायन ऐकण्याचा प्रयत्न करावा. रात्री उपवास सोडावा. श्रावण पौर्णिमेस हे व्रत करावे. कोकिलारुपी घरच्याघरी पूजा करून विसर्जन करावे किंवा एका सुपारीची पूजा करून सुपारी विसर्जन करावी.

तीन वेळा हे व्रत केल्यानंतरच त्याचे उद्यापन करतात. उद्यापनाच्या वेळी कोकिळेच्या प्रतिमेची पूजा करतात. हविद्रव्याचे हवन करावे. सुवासिनींना सौभाग्यदान करावे. ब्राह्मणभोजन घालून व्रताची सांगता करावी. व्रताचे फल अक्षय सौभाग्याची प्राप्ती व पुत्रपोत्र, धनधान्य यांची समृद्धी होते.

दर ३ वर्षानंतर येणाऱ्या अधिक महिन्याच्या पौर्णिमेची व्रत कथा

पूर्वी दक्ष प्रजापतीने यज्ञ केला. त्याने सर्व देवांना यज्ञाचे निमंत्रण दिले. पण शिवाला मात्र वगळले. ही गोष्ट नारदाने कैलासावर जाऊन शिवाला सांगितली. ती ऐकून शिवाला राग आला. शिवपत्नी सती ही दक्षाची कन्या होती. तिने आपल्या पित्याकडे जाण्याचा निश्चय केला. ती दक्षाच्या यज्ञमंडपात प्रविष्ट झाली. पण दक्षाने तिची दखलही घेतली नाही. सतीला हा अपमान वाटला व तिने यज्ञकुंडात उडी घेतली. सतीने स्वतःला जाळून घेतल्याची गोष्ट कैलासावर शिवाला कळली. त्याचा क्रोधाग्नी भडकला. त्याने दक्षयज्ञाचा विध्वंस करण्यासाठी वीरभद्राला उत्पन्न केले. वीरभद्राने यज्ञ विध्वंसून दक्षाचाही शिरच्छेद केला. ब्रह्मा-विष्णू हे शिवाचा कोप शमविण्यासाठी कैलासावर आले. शिवाने प्रसन्न होऊन दक्षाला पुनश्च सजीव केले व त्याच्या यज्ञात विघ्न केल्याबद्दल सतीला शाप दिला, की तू पक्षीयोनीत जन्म घेशील. त्याप्रमाणे पुढील जन्मी सती कोकिळा झाली व नंदनवनात राहू लागली. त्याप्रसंगी शिवाने तिला वर दिला की, 'ज्या स्त्रिया अधिक आषाढ मासात तुझे पूजन करतील, त्यांना वैधव्य येणार नाही.' त्या दिवसापासून कौकिलाव्रत भूलोकी प्रचलित झाले. या व्रताची फलप्राप्ती- ज्ञानभक्ती, प्रगती, पुण्यप्राप्ती होते.

***

पौर्णिमेची काकड आरती (कोजागिरी पौर्णिमा ते कार्तिक पौर्णिमेपर्यंत - १ महिना)

अनेक मंदिरांत / आश्रमात ३६५ दिवस काकड आरती होत असतेच. आपल्या धावपळीच्या जीवनात एवढा वेळ देणे शक्य नसल्याने, वर्षातून एक महिनाभर 'आरतीचे व्रत' करतात. चातुर्मासाच्या शेवटच्या टप्पात (१ महिना) म्हणजे पौर्णिमेपासून पौर्णिमेपर्यंत दररोज सूर्योदयापूर्वी स्नान करून, देवाच्या भूपाळ्या, अंभगभजन पदे म्हणत म्हणत देवाचे स्नान, अभिषेक, पोशाख, दागिने, अलंकार नैवेद्य, हार-फुले इत्यादी अर्पण करून आरती करतात. हे महिने अत्यंत आल्हाददायक असतात. दिवाळीचे दिवस धनधान्य समृद्धी असते.

आरोग्यपूर्ण वातावरणात उत्साह असल्यामुळे देवाची उपासना उत्तम होते असते. तरूण-तरूणींमध्ये भक्तिभावाची जाणीव करता येते. त्यांच्यात देवधर्माची आवड निर्माण करता येते. त्यानंतर ११ महिने आपल्या घराची देवपूजा करण्याची आवड निर्माण होते. घरी देवपूजा करताना आनंद तर मिळतोच. त्याच घरण्याची रुढी परंपरा सहज समावून सांगता येते. अशा प्रकारे

संस्कारक्षम पौर्णिमेपासून (कोजागिरी) ते पौर्णिमेपर्यंत (कार्तिकी) उपासना होते.

***

शिवपूजन (पौर्णिमेला शिवपूजन महत्त्वाचे)

श्रीगुरुपौर्णिमा- गुरुपूजनांचे महत्त्व आहे. व्यासऋषींना जगद्गुरू मानले जाते. व्यास आदिशंकराचार्यांच्या रूपाने पुन्हा अवतरले. म्हणून संन्यासी शंकराचार्यांची पूजा व्यासांच्या नावे करतात. प्रत्येक सांप्रदायिक शिष्य मंडळी आपल्या गुरूची पूजा करतात. पूजा म्हणजे गुरूच्या शिकवणी, उपदेशाची आठवण सादर केली जाते.

शिवपूजन महत्त्व- पौर्णिमेला भगवान शंकर जटाजूट अवस्थेच्या विचारात सिंहाच्या कातड्यावर शयन करतात. म्हणून त्या दिवशी पूर्व विद्या पौर्णिमा असताना शिवपूजन करून रुद्रवत धारण करतात. त्यामुळे शैव भक्तांना शिवलोक प्राप्त होतो, असे हेमाद्रीने आपल्या 'चतुर्वर्ग चिंतामणी' ग्रंथात म्हणून ठेवले आहे.

***

पौर्णिमेच्या दिवशी म्हणावयाचा चंद्र गायत्री मंत्र :

ऊँक्षीरपुत्राय विघ्महे । अमृततत्त्वाय धीमहि । तन्नो चंद्रः प्रचोदयात ।

ज्योतिषशास्त्रानुसार चंद्र शीघ्र गतीचा ग्रह असल्याने चंद्र अनिष्ट असता असाध्य रोग देवी, गोवर, कांजण्या, आगपेण सर्दी पडसे, काविळ पीनस, मूर्च्छा, मंदाग्नि, दमा, लकवा, गर्भाविकार, गुप्तविकार, मासिक पाळीचे विकार, श्वासाचे विकार, पोटाचे विकार, मनोविकार चंद्र अनिष्ट असता, चंद्र राशीपासून १,३,६,७,१०,११ या स्थानी गोचंरीने चंद्र आला तर चंद्र शुभफले देईल. म्हणजे रोगाचा प्रादुर्भाव होऊ देणार नाही. शुक्ल पक्षातील अष्टमी ते कृष्णपक्षाच्या अष्टमीपर्यंतचे २,५,९ या स्थानातील गोचर चंद्रसुद्धा फल देईल म्हणजे ४,८,१२ या स्थानातील गोचर चंद्रामुळे तसेच मूळ कुंडलीतही ४,८,१२ या स्थानी चंद्र असता चंद्रकृत रोगांचा प्रादुर्भाव होतो. म्हणून 'पौर्णिमाव्रत' करावे. संपूर्ण वर्षभर १२ पौर्णिमांचे उपवास करावेत. म्हणजे वरील रोग आणि आजारांवर कमी परिणाम होतो. पौर्णिमातिथीचा चंद्रदेव तुम्हाला प्रसन्न होवो!

ही साठा उत्तराची कहाणी पाचा उत्तरी सुफळ संपूर्ण।

रामकृष्णहरी। श्रीगुरुदेवदत्त जय पौर्णिमादेवता ।

शुभ-भवतुं

***

चंद्रकला अनुभवावी!

रात्री उंच आकाशात चमचमणारा चंद्र केवळ लहानांना आकर्षित करीत नाही, तर मोठ्यांनाही त्यांचे आकर्षण वाटते. पौर्णिमेच्या दिवशी शुभ्र मनमोहक शांत शीतल चांदणे पूर्ण चंद्राच्या साक्षीने असते. पूर्ण चंद्र एखाद्या चमकत्या तबकडीसारखा दिसतो. पण दिसामासानंतर लहान होत जातो. हे सर्व वाचून कळणार नाही. रोज थोडावेळ आकाश निरक्षणानंतर ही चंद्रकला अनुभवावी! चंद्राला पृथ्वीची प्रदक्षिणा करण्यास साडेएकोणीस दिवस लागतात. सूर्यामुळे चंद्र चमकतो. त्याच्यावर पडणारा प्रकाश परावर्तित होऊन त्याचे रूप चमकते. प्रत्यक्षाहून चंद्र फारच सुंदर चमकतो! हा चंद्र अमावास्येचा चंद्र असतो. पण त्यांचे परावर्तित कारण नसल्याने त्यांचे अस्तित्व राहत नाही. पुढे हळूहळू पौर्णिमेपर्यंत त्यांचे शीतल चांदणे मिळते. या दिवशी पृथ्वी सूर्य व चंद्राच्या मध्ये असते.

रामचंद्र, कृष्णचंद्र, शरदचंद्र अशी नावे चंद्रावरून आहेत. शशिकला, चंद्रकला, चंद्रिका अशी महिलांची नावे चंद्राच्या या गुणांमुळेच. 'नक्षत्राणामहंशशी' म्हणजे नक्षत्रात. 'मी चंद्र आहे', असे भगवान श्रीकृष्णांनी श्रीमद्‌भगवद्‌गीतेत (१० अध्याय २१ श्लोक) सांगितले आहे. या दिवशी भगवान श्रीकृष्णाने व्रजमंडळात रासोत्सव साजरा केला, असे श्रीमद्‌भागवतात म्हटले आहे.

चंद्र हा महिलांचा भाऊ, तर लहान मुला-मुलींचा चांदोबा, चंद्रमामा असतो.

***

चंद्राची आरती

जय देव जय देव जय श्रई शशिनाथा ।।
आरती ओवाळूं पदि ठेवुनि माथा ।।
उदयी तुझ्या हृदयी शीतळता उपजे ।।
हेलावुनि क्षीराब्धी आनंदे गर्जे ।।
विकसित कुमुदिनी देखुनि मन रंजे ।।
चकोर नृत्य करिती अद्‌भुत सुख माजे ।। जयः ।।१।।

विशेष महिमा तुझा न कळे कोणासी ।।
त्रिभुवनि द्वादशराशी व्यापुनी राहसी ।।
नवही ग्रहांमध्ये उत्तम आहे सी ।।
तुझे बळ वांछीती सकळहि कार्यासी ।। जयः ।।२।।

शंकरगणनाथादिक भूषण मिरवीती ।।
भाळी मौळी तुजला संतोषें धरिती ।।
संकट नामचतुर्थिस पूजन से करिती ।।
संतति संपत्ति अंती भवसागर तरती ।। जयः ।।३।।
केवळ अमृतरूप अनुपम्य वळसी ।।
स्थावर जंगम यांचे जीवन आहेसी ।।
प्रकाश अवलोककिता मन हे उल्हासी ।।
प्रसन्न होऊन आता लाही निजकांसी ।। जयः ।।४।।

सिंधूतनया बिंदू इंदू श्रीयेचा ।।
सुकीर्तिदायक उडुगण यांचा ।।
कुरंगवाहन चंद्र अनुचित हे वाचा ।।
गोसावीसूत विनवी वर दे मज साचा ।। जयः ।।५।।

***

चंद्राची उपासना

चंद्र रत्न- मोती, चंद्रकांत रत्न, मणी वापरावा. चांदी धातू चंद्रग्रहाला अत्यंत प्रिय आहे. म्हणून चांदीच्या अंगठीमध्ये किंवा गळ्यात चांदीच्या लॉकेटमध्ये मोती वापरावा किंवा कानात चंद्रग्रहाच्या प्रसन्नतेसाठी मोती वापरावा.

धान्य- तांदूळ,

पशू- पांढरा बैल,

रस- गाईचे तूप,

वस्त्र- पांढरे,

फुले- पांढरी फुले.

चंद्र ग्रह कोणास शुभ - मेष, वृषभ, मिथुन, सिंह, तूळ, वृश्चिक, धनु आणि मीन.

लग्नराशी किंवा चंद्रराशीस चंद्र शुभ फळे देतो. कर्क, कन्या, मकर, कुंभ राशीला चंद्र अशुभ असल्याने त्यांनी चंद्र उपासना अवश्य करावी.

चंद्राची नक्षत्रे- रोहिणी, हस्त, श्रवण या नक्षत्रांना, ज्यांचा जन्म असतो त्यांना, जन्मापासून १० वर्षे विशोत्तरी महादशा असते.

चंद्रासाठी नमस्कार मंत्र - दधिशंख तुषाराभं

१. क्षीरार्णवसमुद्भलम् । नमामि शशिनं सोम शंभोर्मुकुट भूषणम् ।।

२. ॐ सों सोमाय नमः ।

३. ॐ नमः शिवाय

४. ॐ एं ऱ्हीं सोमाय नमः । जप संख्या ११ हजार.

चंद्र ग्रहासाठी - सोने, चांदी, मोती, तांदूळ, गाईचे तूप, पांढरे कापड, दान करावे.

चंद्राची दिशा - वायव्य. चंद्र हा स्त्री ग्रह आहे.

चंद्राचे मित्र ग्रह - रवि, बुध.

चंद्राचे शत्रू ग्रह - राहू ग्रह.

फक्त चंद्र ग्रह प्रसन्नतेसाठी सोळा सोमवार व्रत करावे किंवा ५ सोमवार मनोभावे उपवास करून संध्याकाळी घराजवळच्या महादेवाच्या मंदिरात जावे. तेथे पूजा अभिषेक करून आरतीसाठी सहभागी होऊन चंद्रग्रहाची मनोभावे भक्ती करावी. चंद्रदेवाची कृपा मिळविण्यासाठी करूणा भाकावी.

रामकृष्ण हरी । श्री गुरुदेव दत्त । जय चंद्रदेवा ।
हर हर महादेव । ॐ नमो शिवाय । शुभ-भवतुं

***

सहस्त्रचंद्र दर्शन

ही शांती १००० पौर्णिमा पाहून झाल्यावर करतात. ही चंद्रशांती आहे. स्थूलमानाने या वयात शरीर परावलंबी झालेले असते, त्या व्यक्तीची उभारी नष्ट झालेली असते. तेव्हा अशा वयातही दिवस आनंदात जावेत यासाठी ही शांती करावयाची असते आणि म्हणून होम-हवनबरोबर आपल्या, हिंदूधर्मशास्त्राने हा एक आनंद सोहळाही करावा, असे सांगून ठेवलेले आहे. त्याचे नाव १००० चंद्रदर्शन सोहळा!

आपल्या वैदिक हिंदू धर्मामध्ये शुद्ध पौर्णिमेचा चंद्र हा अतिशय शुभकारक मानलेला आहे. ८० वय वर्षे पूर्ण झाल्यावर हा विधी करतात.

संदर्भसूची

१. दासबोध, मनाचे श्लोक, भारतीय संस्कृती कोश - प्रकाशक पं. महादेवशास्त्री जोशी कार्यवाह, भारतीय, संस्कृतिकोश मंडळ ४१० शनिवार पेठ पुणे.

२. व्रत शिरोमणी - भाग १-२-३, लेखक- वि. श्री. देशिंगकर सांगली.

३. सण, धार्मिक उत्सव व व्रते, संकलन - डॉ. जयंत बा. आठवले, सनातन संस्था गोवा.

४. रामायण

५. महाभारत

६. कूर्म पुराण

७. कहाणीचे पुस्तक - पूर्वापार चालत आलेल्या कहाण्या

८. श्रीगुरूचरित्र

९. शाकंभरी देवी माहात्म्य पोथी

१०. संत रोहिदास चरित्र

११. विश्वकर्मा जयंती

१२. शिवपुराण

१३. रुक्मिणी स्वयंवर

१४. श्रीदेवी भागवत

१५. दाते पंचांगे (जुनी) पुस्तके आणि मासिके (जुनी) इत्यादी.

।। परिचय ।।

श्री. बलभीम विष्णू देशपांडे. जन्म दिनांक- २३ जुलै १९५४ पहाटे ४.०५ मि. (धुळे). मूळगाव- सांगोला, पंढरपूर जि. सोलापूर. शिक्षण- पदवीधर. व्यवसाय- आयुर्विमा प्रतिनिधी (एल. आय. सी., कोथरूड शाखा), पूजा-पौरिहित्य, ज्योतिषी, धार्मिक-संत साहित्य-ज्योतिष विषयक लेखक. वालचंदनगर कंपनीतून नोकरी सुटल्यानंतर ज्योतिषशास्त्राकडे वळलो. स्वतःच अभ्यास केला. पुण्यात होणाऱ्या वेळोवेळी स्थानिक कार्यक्रमांतून, व्याख्यानांतून अभ्यास केला. ज्योतिष परिषदेचा आजीव सभासद असल्याने परिषदेमार्फत झालेल्या सातारा, नागपूर, सोलापूर, पुणे इत्यादी ठिकाणी सक्रीय सहभाग घेतला. ग्रहांकित, ब्रह्मलिखित धनुर्धारी / उत्तमकथा, आदिमाता, प्रसाद, धार्मिक, हिन्दूबोध ९ (पुणे मासिके), भाग्यसंकेत श्री स्वामी महाराज दिवाळी अंक (पुणे), भक्तिधारा ज्ञानेश्वर त्रैमासिक (पुणे), गजानन अशिष, धुनर्धारी / ललना, सोऽहं भगवती, भक्ति संगम (मुंबई मासिके), मण्मयी (कोल्हापूर), चैत्राली, छंद, भाग्यनिर्णय दिवाळी अंक (नाशिक) इत्यादी २०/२५ अंकात लेखन वेळोवेळी असते. ह्याशिवाय १२५ पेक्षा अधिक विविध प्रकारची पुस्तके प्रसिद्ध झाली आहेत. डायरी, कॅलेंडर, साप्ताहिके इत्यादीमध्ये राशीभविष्य, ज्योतिष विषयक लेखन होत असते.

काही निवडक पुस्तके

१. श्री गजानन महाराज अशी करा उपासना
२. श्री साईबाबा अशी करा उपासना - प्रकाशन विश्व
३. अधिक - महिना श्रावण
४. व्रतकैवल्य - कोणती का उपासना
५. अशी करा उपासना - अपर्णा प्रकाशन, पुणे
६. झटपट विवाहासाठी उपासना तोडगे
७. कालसर्प योग
८. ऐश्वर्य प्राप्तीसाठी प्रभावी दैवी साधना व तोडगे
९. उपवासाचे महत्त्व - अक्षय्य प्रकाशन
१०. श्रीशंकर महाराज अशी करा उपासना - अपर्णा प्रकाशन, पुणे

ह्याशिवाय ज्योतिष शास्त्राच्या अभ्यासाबरोबरच मासिके, पुस्तके, दिवाळी अंकासाठी लिखाण सुरू आहे.

www.ingramcontent.com/pod-product-compliance
Lightning Source LLC
LaVergne TN
LVHW050753051026
849532LV00008B/2861
* 9 7 8 9 3 9 5 1 3 9 0 1 4 *